வைகை கண்ட நயாகரா

செ.புனிதஜோதி

டிஸ்கவரி பப்ளிகேஷன்ஸ்
எண்: 9, பிளாட் எண்: 1080A, ரோஹிணி பிளாட்ஸ்
முனுசாமி சாலை, கே.கே.நகர் மேற்கு,
சென்னை – 600 078. பேச: 99404 46650

DP - 0409

வைகை கண்ட நயாகரா (பயணக்கட்டுரை)
ஆசிரியர்: செ.புனிதஜோதி©
Vaigai Kanda Nayagra (Travelogue)
Author: S.Punithajothi©
Print in India

1st Edition : December - 2024
ISBN: 978-81-19541-69-0
Pages - 120
RS. 160

Publisher • *Sales Rights*

Discovery Publications	**Discovery Book Palace (P) Ltd**
No. 9, Plot, 1080A, Rohini Flats, Munusamy Salai, K.K.Nagar West, Chennai - 78. Tamilnadu, India. Mobile: +91 99404 46650	No. 1055-B, Munusamy Salai, K.K.Nagar West, Chennai-600 078. Mobile: +91 87545 07070

discoverybookpalace@gmail.com / www.discoverybookpalace.com

இந்த நூலில் பிரசுரமாகியுள்ள எந்த ஒரு பகுதியையும் எழுத்துபூர்வமான முன்அனுமதி பெறாமல் எடுத்தாள்வதோ, மறுபிரசுரம் செய்வதோ, மொழியாக்கம் செய்வதோ, ஊடகங்களில் மறுபதிப்புச் செய்வதோ, காப்புரிமைச் சட்டப்படி தடை செய்யப்பட்டுள்ளது. இந்த நூலிலிருந்து சில பகுதிகளை மேற்கோள்காட்டி நூல்அறிமுகம் செய்யலாம்.

உங்கள் மொபைல் போனிலிருந்து ஸ்கேன் செய்து 'டிஸ்கவரி புக் பேலஸ்' மொபைல் ஆப்பை டவுன்லோடு செய்து, புத்தகங்களை வாங்குங்கள்.

Scan and download

இந்தப்பிரபஞ்சத்திற்கும், என்னுடைய மகன் **செ.ரிதன்ஆதித்**, கணவர் **செ.செந்தில்குமார்** அவர்களுக்கும் இந்த நூலை சமர்ப்பணம் செய்கிறேன்

அணிந்துரை

தலைப்பே ஒரு கவிதை. எழுதியவர் ஒரு கவிஞர் 'சொல்லத் தேவையில்லை. நொடிக்குநொடி கண்பார்த்ததெல்லாம் கவிதையாய் வெளிப்பட்டிருப்பது படிக்கப் படிக்கத் தெரியும். எல்லாரும் எழுதுவதற்கும் கவிஞன் எழுதுவதற்கும் வேற்றுமை என்ன? நயாகராவைக்கண்ட வைகையைக் காணுங்கள்' இல்லை இல்லை படியுங்கள் என்பது என் பதில். நான் அமெரிக்கா செல்லும்முன் இவர் அமெரிக்கா சென்றவர். இவர் வருகிறார்.

நான் செல்கிறேன். செல்லும் முன் இவர் பார்த்ததைப் படங்களாய்த் தந்திருந்தார். அடடா, அமெரிக்காவின் அழகை அழகாகப் படம்பிடித்திருக்கிறாரே என வியந்தேன். இப்பொழுது இத்தருணம் அழகாகப் பதிவுசெய்திருக்கிறாரே எனவியந்து மகிழ்கிறேன்.

விசா எடுக்கச் சென்றதிலிருந்து வீடு வந்து சேர்ந்தவரைக்கும் விரிவாக, தெளிவாக உணர்வோடு கரைத்து ஓவியம் தீட்டியிருக்கிறார் புனிதா.

கொல்கத்தா சென்றதில்கூட எத்துணை நன்மை என்பது படிக்கும்போது புரியும். நான் சிங்கப்பூரிலிருந்து டோஹா சென்றேன். இவர் சென்னையிலிருந்து டோஹா சென்றிருக்கிறார். நான் டோஹாவிலிருந்து நியுயார்க் சென்றேன். இவர் டோஹாவிலிருந்து அட்லாண்டா சென்றிருக்கிறார். நான் செல்லாத அட்லாண்டாவைப்பற்றி எழுதி என்னை அடுத்தமுறை அட்லாண்டாவுக்குச் செல்லவைத்திருக்கிறார். அப்படியென்றால் நீங்கள் அட்லாண்டாவை அலட்சியம் செய்ய முடியாது. டோஹா விமான நிலையத்தில் எனக்கு இரண்டுமணி நேரம் மட்டுமே. இவர்களுக்கு எட்டுமணிநேரம், சுற்றிப்பார்த்ததை நான் சொன்னால் எப்படி? நூலைத்தொட்டால் சுற்றிய அனுபவம் கிடைக்கும்

அட்லாண்டாவில் தொடர்வண்டிப் பாதை அமைக்க அங்கே வாழ்ந்த பழங்குடிகளான கிறீக், செரோக்கீ மக்களை வலுக்கட்டாயமாக விரட்டிவிட்டுத் தொடர்வண்டிப் பாதையை அமைத்தனர். அதைக் கண்ணீர்ப்பாதை என அழைக்கின்றனர் என்ற இடத்தில் "அறச்சீற்றம் எழுந்தது" என்று எழுதியதுதான். இன்றைய உலகில் நடக்கும் போரைத் தடுக்கச் சமாதானம் செய்ய வக்கற்ற.. வகையற்ற நிலையை விமர்சித்ததிலேதான்.

மலர்க்கொத்தோடு மகன் வரவேற்றதிலிருந்து பார்த்த இடங்கள் ஒவ்வொன்றையும் பார்க்கத்தான் போகிறீர்கள். மரத்தால் ஆன வீடுகள், மாலைவந்தும் மறையாத சூரியன் அட்லாண்டா டவுண்டவுன், Botanical Garden... தாவரவியல் பூங்கா, சுவாமி நாராயணன் கோவில், ஜார்ஜியா பல்கலைக்கழகம், மகன் ரிதனின் பட்டமளிப்பு விழா, கல் மலை(Stone Mountain) புகைமலை, கொக்கோகோலா தொழிற்சாலை, தமிழ்ப்பள்ளி, மார்ட்டின் லூதர்கிங் உள்ளிட்ட தலைவர்கள், கவிஞர் மாயா உள்ளிட்ட எழுத்தாளர்கள், அட்லாண்டா அக்வெரியம் எல்லாம் பார்த்தாலும் படித்தாலும் ராஜு அம்மா, மருதயாழினி, கிரேஸ் பிரதீபா, ஜெயமாறன் ஆகியோர் வழங்கிய விருந்தோம்பல் நம் நெஞ்சில் நிலைபெற்றிருக்கிறது. அது சிறப்பாகவும் பெருமையாகவும், இயல்பாக இருந்தாலும் கவிஞரின் இதயம் இமயமாய்ப் பார்த்தது கவித்துவமானது.

இப்படிச்சொல்கிறார்..

"எந்தச்சொல் தொடுத்து உங்களுக்கு நன்றியெனும் மாலைவடிப்பேன்!. உள்ளம் உருகி அன்பால் விழிக்கரையைத் தாண்டும் கண்ணீரைத்தவிர வேறொன்றுமில்லை என்னிடத்தில்" எப்படிக் கவிமனம் கரைந்திருக்கிறது பார்த்தீர்களா!

நியுயார்க் டைம்ஸ் ஸ்கொயர், நியுயார்க் எட்ஜ் 120 மாடி சுதந்தரதேவி சிலை, பிலடெல்பியா லிபெர்டி பெல், வாசிங்டன் டி சி, வெள்ளை மாளிகை நாடாளுமன்றம், அபிரகாம் லிங்கன் நினைவிடம், நயாகரா பயணம், எருமை நகரம், இவைபற்றியெல்லாம் கவித்துவத்தோடும், இலக்கிய நயத்தோடும் ஒரு பெண்ணின் பார்வையோடும் அதாவது அம்மா, மனைவி, கவிஞர் என்ற உணர்வோடும் பதிந்திருப்பது அருமை.

அபிரகாம் லிங்கனுக்கு எப்போது அடிமைகளை மீட்க எண்ணம் வந்தது? தெரியவேண்டாமா? நயாகரா நீர்வீழ்ச்சியை நான் "நீர்விழா" என்றேன். நீர்விழும் அருவியை நீர்விழா என்றேன். "அருவியை யார் சொன்னது நீர் வீழ்ச்சியென்று அது நீரின் எழுச்சி என்றார் கவிஞர் வைரமுத்து.

இவர் எப்படிச் சொல்லியிருக்கிறார்? படிக்க வேண்டாமா? பெற்றமகன் தாய்தந்தையரை அழைத்துத் தான் படித்த இடத்தையும் வாழும் நாட்டையும் அறிமுகப்படுத்திய முறை அனைத்து இளைஞர்களுக்கும் வரவேண்டிய பண்பு.

நானும் அப்படித்தான் மகன் அழைப்பில் சென்றேன். தாய்தந்தையருக்கு அமெரிக்காவையும் அமெரிக்காவில் வாழும் தமிழர்களையும் தமிழ் உறவுகளையும் அறிமுகப்படுத்திய ரிதனுக்கு என் இதய வாழ்த்துகள்.

அமெரிக்கா செல்ல விரும்புவோருக்கு இந்தப்பார்வை வேண்டும் என்பதற்கு இந்நூல் ஓர் எடுத்துக்காட்டு.

வைகை நதி நயாகரா நதியை நோக்கிச்சென்ற கதை கதையல்ல, கவிதை என்பதை ஆண்டிப்பட்டியில் பிறந்து சாத்தூரை மணமுடித்த கவிஞர் புனித ஜோதி சோதிமிக்க நவகவிதை என்பதில் ஐயமில்லை.

வாழ்க வாழ்க கவிதையாய் வாழ்க!

அன்புடன்
பிச்சினிக்காடு இளங்கோ
+ 65 81316437

கவிமாலை நிறுவுநர், சிங்கப்பூர்
மக்கள் மனம் (திங்களிதழ்) ஆசிரியர்
13.11.2024

வாழ்த்துரை

எழுத்தின் எந்த வடிவமும் அந்த மொழிக்கு வழங்கப்படும் இலக்கியக்கொடை எனக் கூறலாம். குழந்தைகளுக்கு எழுதினால் அது குழந்தை இலக்கியம், பெண்களுக்கான எழுத்தென்றால் பெண்ணிய இலக்கியம், அதைத்தொடர்ந்து தலித் இலக்கியம், கவிதை இலக்கியம், சிறுகதை, நவீன இலக்கியம் என்று பல்வேறு வடிவங்கள் தமிழ் இலக்கியத்திற்கு உண்டு.

அவற்றின் உள்ளீடுகள் வேறுபட்டாலும் பரிமாறிக் கொள்ளப்படுகிற செய்திகள் படிப்போருக்குப் பயன் தருவதோடு மொழியின் இலக்கிய வளத்தையும் மேம்படுத்துகின்றன. பயணங்கள் தொடர்பான எழுத்துகள் பயண இலக்கியம் எனப்படுகிறது. இவ்வகையான இலக்கியம் போய் வந்த இடங்கள் குறித்த தகவல்களைத் திரட்டித் தருவது மட்டுமல்ல பயண அனுபவங்களைச் சுவையாகவும் சொல்லும்.

யாரும் இடங்களைத் தெரிந்துகொள்வதற்காகப் பயணங்களை மேற்கொள்வதில்லை. படித்துத் தெரிந்து கொள்ளலாம் ஆனால் பயணிப்பதில் தனியே ஓர் அனுபவமும் உற்சாகமும் இருக்கிறது. பயணம் என்பது புறப்பட்ட நேரத்திலிருந்து மட்டுமல்ல பயண ஏற்பாடுகளைத் திட்டமிட்ட நிமிடத்தில் இருந்தே தொடங்கி விடுகிறது.

பயண இலக்கியங்கள் உலகப் புகழ்பெற்றவை. உலகெங்கும் பலர் உன்னதமான பயண இலக்கியங்களைத் தந்துள்ளனர். தமிழைப் பொறுத்தவரை முதல் பயண நூலைத் தந்தவர் திரு ஏ.கே செட்டியார். "பிரயாண நினைவுகள், பிரயாணம் செய்யுங்கள்" போன்ற அவரது நூல்களைத் தொடர்ந்து ,சோமலெ அவர்கள் 1949

லிருந்து "வெளிநாட்டுக் காட்சிகள்", "அமெரிக்காவைப் பார்", "ஆஸ்திரேலியாவில் ஒரு மாதம் "நமது தலைநகரம்" "பிரயாணம் ஒரு கலை" போன்ற நூல்களை வழங்கியுள்ளார்.

பயண இலக்கியங்கள் எனும்போது 'இதயம் பேசுகிறது' மணியன் அவர்கள் நம் நினைவுக்கு நிச்சயம் வந்துவிடுவார். எண்ணற்ற நூல்களை எழுதிக் குவித்தவர். ஆனந்த விகடன் இதழில் அவரது பயணத் தொடர்கள் பிரசித்தமானவை. தொடர்ந்து ஜிடி நாயுடு, இருதயநாத், பாஸ்கர தொண்டைமான், பரணிதரன், லட்சுமி என்று பலரைக் குறிப்பிடலாம். பயண நூல் படைப்பாளர்கள் பட்டியலில் என் மகளாய் நான் மதிக்கும் கவிஞர் திருமதி புனித ஜோதியும் வருவது குறித்து நான் பெருமையும் பெரு மகிழ்ச்சியும் அடைகிறேன்.

அமெரிக்காவில் அட்லாண்டா மாகாணத்தில் உயர்கல்வி பெற்று வரும் அவரது மகன் செல்வன் ரிதன்ஆதித் அவர்களின் பட்டமளிப்பு விழாவில் கலந்து கொள்வதற்காகத் தாயும், தந்தையுமாகச் சென்ற தம்பதியரின் பயண அனுபவமே இந்நூல். சென்னை சென்ட்ரல் இரயில் நிலையத்தில் அரக்கப் பறக்கப் புகைவண்டியைப் பிடிக்கத் தொடங்கும் பரபரப்பும் கல்கத்தா சென்ற பிறகும் தொடர்கிறது. அது விசா பெறுவதற்காக மேற்கொள்ளப்பட்ட பயணம்.

அமெரிக்கா செல்வதற்காக விசா சென்னையிலே கிடைத்திருந்தால் கல்கத்தா பயண அனுபவம் குறித்து எழுத அவருக்கும், படிக்க நமக்கும் வாய்ப்புக் கிடைத்திருக்காது. கல்கத்தா அனுபவம் அவரிடம் இருந்து ஒரு கவிதையையும் நமக்குப் பெற்றுத் தந்துள்ளது. சென்னை திரும்பி இங்கிருந்து அட்லாண்டா பயணத்தைத் தொடர வேண்டும்.

சென்னையிலிருந்து தோஹா விமான நிலையம் நோக்கிய பயணம். அங்கிருந்து அட்லாண்டாவிற்கு 8 மணி நேர பயணம்.

கவிஞருக்கு இலேசாகக் காது வலி பயணத்துக்கு இடையே வந்துவிட அவற்றிற்கான வழிமுறைகளையும் மேற்கொண்டு, ஒரு வலி எவ்வாறெல்லாம் நம்மை முயற்சிக்க வைக்கிறது வாழ்வில் வலிதான் பலருக்கும் வழி திறக்கும் நெம்புகோலாய் இருக்கிறது என்பதைக் கவிதையின் வழியாக எழுதியிருப்பார்.

மகனுடன் திருமதியும், திருசெந்தில்குமார் அவர்களும் தங்குகிறார்கள். அங்குத் தங்கி இருந்த அனுபவம், சுற்றிப் பார்த்த இடங்கள், பட்டமளிப்பு விழாவின் அனுபவம், ஸ்டோன் மௌண்டைனைக் குறித்தும், மலர்க் கண்காட்சியைக் குறித்தும், உலகத்தில் மிகப்பெரிய அக்வேரியம் குறித்தும், கோலா குறித்தும், அட்லாண்டாவிலிருந்து 90 மைல் தொலைவில் உள்ள ஹெலன் என்ற இடத்திற்குச் சென்ற அனுபவமும் யாவும் அழகு. அவரின் எழுத்து நடை நம்மையும் சேர்த்து அழைத்துச் செல்கிறது. அங்குள்ள தமிழ்ப் பள்ளி, சாலைகளைக் குறித்தும் உணவு முறைகளைக் குறித்தும் பதிவு செய்துள்ளார் கவிஞர் புனித ஜோதி.

தொடர்ந்து நியூயார்க் பயணம், பஃபல்லோ சிட்டி வழியாக அருகில் இருக்கும் நயாகரா நீர்வீழ்ச்சி அதன் கண்கொள்ளாக் காட்சியை விவரித்து இருக்கும் அழகே தனி. நம்மையும் நயாகரா செல்லத் தூண்டுகிறது எனலாம். இந்த நூல் காகிதத்தில் அச்சேற்றப்பட்டிருக்கும் அவரது அனுபவம் என்றாலும் படிப்பது போலில்லை. எல்லா இடங்களையும் பார்ப்பது போல நம்மை அழைத்துச் செல்கிறது.

பயண எழுத்தும் திருமதி புனித ஜோதி அவர்களுக்கு வருகிறது. என்பது பாராட்டுக்குரியது. எழுத்தின் எல்லாப் பரிமாணங்களிலும் அவர் ஒளிர என் வாழ்த்துகளைத் தெரிவித்துக்கொள்கிறேன். அவரது எழுத்தாற்றலும், உழைப்பும் என் வாழ்த்துகளும் துணையிருக்கும் என்கிற நம்பிக்கையும் எனக்குண்டு.

என்றும் அன்புடன்
எஸ் இராதாகிருஷ்ணன்.
01/11/2024

வாழ்த்துரை

பல ஆண்டுகளுக்கு முன்னால் சூ யூச்சு எனும் சீனத்துப் பெண் கவிஞர் ஒருவர் இந்தியா வந்திருந்தார். அவரது இந்தியப் பயணம் எப்படி இருக்கிறது என்று நான் கேட்டேன். "எங்களது சீனத்து அர்த்தத்தில் இது பயணமே அல்ல. இப்படி நேரம், காலம், போகப் போகும் இடம் ஆகியவற்றை முன்னரே முடிவு செய்துகொண்டு செல்வதற்கு, சீனப் பண்பாட்டின்படி பயணம் என்று அர்த்தம் இல்லை" என்று அவர் சொன்னபோது நான் அதிர்ச்சிக்கு உள்ளானேன்.

நினைத்துப் பார்த்தால் இன்று பயணம் என்பது அரசாங்கங்களால் வளர்த்தெடுக்கப்படும் ஒரு மாபெரும் தொழில் துறையாக வளர்ந்து நிற்கிறது. இன்னும் ஒரு படி மேலே சென்று சொல்வதானால் இன்றைய நுகர் கலாச்சாரத்தின் ஒரு விலைபொருளாகக்கூட பயணம் மாறிவிட்டது. ஆனால் பயணம் செய்வதை ஒரு கலையாக அனுபவித்து செய்யும்போது அது ஒரு மாபெரும் அனுபவமாக ஆழப்படுகிறது. இதைத்தான் இந்தப் புத்தகத்தில் கவிஞர் புனித ஜோதி முயற்சி செய்து இருக்கிறார்.

வைகைக் கரையில் பிறந்து வளர்ந்த ஒரு பெண் நயாகரா நீர்வீழ்ச்சியைப் பார்த்த அனுபவத்தை ஒரு சிறு நூலாக எழுதி இருக்கிறார்.

புத்தகத்தை ஒரு பெண் கையால் தொட்டால் அவளுக்கு நரகம் நிச்சயம் என்று சனாதனம் பேசிய இந்திய சமூகத்தில் புனித ஜோதி போன்ற பெண் எழுத்தாளர்கள் புத்தகத்தைப் படிப்பவர்களாக மட்டுமல்லாமல் பயண இலக்கியம் படைப்பவர்களாகவும் இருப்பது மகிழ்ச்சி அளிக்கிறது.

தனது பயணம் குறித்த சிறுசிறு தகவல்களையும் அவர் விவரித்து எழுதிச் செல்லும் போது நாமே பயணம் செய்வது போன்ற அனுபவம் கிடைக்கிறது. அதே நேரத்தில் தனது பயண அனுபவத்துடன் பல்வேறு சுவையான தகவல்களையும் அவர் சொல்லிக்கொண்டு செல்வது நூல்வாசிப்பை சுவாரஸ்யப்படுத்துகிறது.

பல்வேறு இலக்கிய மேடைகளில் கவிதை நயம் சொட்ட அறிமுக உரைகளைச் செய்பவராகப் பிரபலமாக அறியப்பட்ட புனித ஜோதி " நிழல்களின் இதயம்", "மௌனக்கூத்து " போன்ற கவிதை நூல்களையும் எழுதியவர் என்பதால் இவரது பயண இலக்கியம் ஒரு சுவையான அனுபவமாக எழுதப்பட்டிருக்கிறது.

நயாகராவை இவர் பார்த்த அனுபவத்தை எழுதும்போது "அருவிகள் வைரத் தொங்கல், அடர் கொடி பச்சைப் பட்டு, குருவிகள் தங்கக் கட்டி, குளிர் மலர் மணியின் குப்பை" என்று புரட்சிக் கவிஞர் பாரதிதாசனார் உணர்ச்சிவசப்பட்டு எழுதுவது போல உணர்ச்சிப் பெருக்கோடு எழுதி இருக்கிறார்.

புனித ஜோதிக்கு எனது வாழ்த்துகள்.

இந்திரன்
கலை இலக்கிய விமர்சகர்
26/10/2024

உள்ளே

1. அறிமுகம் — 15
2. விசாவும் கொல்கத்தாவும் — 18
3. சென்னையும் அழகிய தோஹாவும் — 30
4. அழகிய அட்லாண்டாவும் விமானமும் — 36
5. அட்லாண்டாவும் அதன் சுற்றுப்புறமும் — 47
6. ஜார்ஜியா டெக் பயணம் — 58
7. இலக்கிய ஆளுமைகள் — 82

அறிமுகம்

உலகம் ஒரு புத்தகம். பயணம் செய்யாதவர்கள் ஒரு பக்கத்தை மட்டுமே படிக்கிறார்கள்.

-ஹிப்போவின் அகஸ்டின்

எப்போது மனிதவாழ்க்கை தொடங்கியதோ அப்போதே பயணமும் நம்மிடையே தொடர்கிறது. பயணத்தின் வழியாகத் தான் பல நாடுகள், மக்கள், மொழி, கலை, கட்டடங்கள் கண்டு பிடிக்கப்பட்டன.

சங்க இலக்கியத்தில் பத்துப்பாட்டு முதலாகப் பயணத்தின் வழியாகத்தான் தலைவன், பாணர், பாடினி, விரலி, பல புலவர்கள், அரசர்கள் பல குறிப்புகளையும் ஐவகை நிலங்களையும் அதில் வாழும் காட்டு விலங்குகள் முதல் தட்பவெப்ப நிலை வரை செதுக்கித் தந்துள்ளனர். கடல் கடந்து வியாபாரம் செய்து தமிழர் என்ற பெருமையை நிலைநாட்டியதையும் பல பயணக்குறிப்புகள் எடுத்து இயம்பி உள்ளன.

- பயண அனுபவங்களை முதலில் எழுதியவர் உலகம் சுற்றும் தமிழன் அ.கா.செட்டியார். அதன்பின் எனது பிரயாணம் நினைவுகள் சோமலெ அவர்கள் எழுதினார்கள். பிரிட்டனில் நெ.து.சுந்தரவடிவேலு பல பயணக் கட்டுரைகளை எழுதியுள்ளார். மணியன் அவர்கள் இதயம் பேசுகிறது என்ற தொகுதியை எழுதினார். சாரதா நம்பி ஆரூதன் அவர்களின் அலை கடலுக்கு அப்பால், சாவியவர்களின் நவகாளி யாத்திரை, வைரமுத்து அவர்களின் வடுகபட்டி முதல் வால்காவரை, எஸ் ராமகிருஷ்ணன் அவர்களின் தேசாந்திரி இந்திரன் அவர்களின் பிரஞ்சுத் தீவு கோதுளுப்தீவைப் பற்றிய செய்தி இப்படிச் சொல்லிக்கொண்டே போகலாம். ஆண்டிப்பட்டியில் பிறந்து சாத்தூரில் வாக்கப்பட்டு,பணி

நிமித்தமாய்ப் பல ஊருக்குச் சென்று தற்போது அயல்நாடு செல்லவும் இந்தப் பிரபஞ்சம் எனக்கும் வாய்ப்பு அளித்துள்ளது.

நான் சமீபமாகச் சென்ற அட்லாண்டா மற்றும் நயாகரா பயணத்தில் என் விழிப் பெட்டகம் சேகரித்த பயணக் குறிப்பை இந்தப் புத்தகத்தின் வாயிலாகப் பகிர்ந்துள்ளேன்.

தொடங்கிய பயணம்:

நடுத்தர வர்க்கத்திற்கு அமெரிக்கா செல்ல ஏதோ ஒரு காரணம் வேண்டும் அல்லவா. அப்படியான காரணம், என் மகன் அட்லாண்டா மாகாணத்தில் உள்ள ஜார்ஜியா டெக் பல்கலைக்கழகத்தில் எம். எஸ் படித்து முடித்துப் பட்டமளிப்பு விழாவிற்கு அழைப்பு விடுத்திருந்தான்.

முதலில் சென்னையில் உள்ள அமெரிக்கத் தூதரகத்தில் விசா விண்ணப்பத்தைப் பதிவு செய்தோம்.

அமெரிக்கத் தூதரகத்தின் மூலமாக பயோமெட்ரிக் நடைபெற்றது. எங்களுக்குச் சென்னையில் ஒதுக்கப்பட்ட நேரம் கிடைக்கவில்லை. கொல்கத்தாவில் கிடைத்தது. கொல்கத்தாவில் உள்ள அமெரிக்கத் தூதரகத்திலிருந்து இத்தனை மணிக்கு, இந்த நாள் என நேர்காணல் செய்வதற்கு மின்அஞ்சல் வந்திருந்தது.அதன்பிறகு நாங்கள் கொல்கத்தா விரைந்தோம்.

சிவப்புக்கறை வரவேற்பு:

சென்னையில் ஹவுரா எக்ஸ்பிரஸ் பத்தாவது நடைமேடையில் எங்களுக்காகக் காத்துக்கொண்டிருந்தது. எப்போதும் தாமதமாக வரும் இரயில் வண்டி விரைவாகவும், எப்போதும் விரைவாக வரும் நாங்கள் தாமதமாகவும் வந்து சேர்ந்தோம்.

ஓட்டமும் நடையுமாய் ஓடிப்பார்த்தாலும் என்னால் கைப்பை யோடு ஓட முடியவில்லை. என் பரிதவிப்பைக் கண்ட ஒரு நல்ல உள்ளம்கொண்ட இரயில் பயணச்சீட்டுப் பரிசோதகர் விவரத்தைக் கேட்டுவிட்டு செல்பேசி மூலம் பயணிகளின் வாகனத்தை வர

வழைத்து என்னை ஏற்றிவிட்டார். நன்றியைப் பகிர்ந்த கையோடு ஒரு திருக்குறளும் எட்டிப் பார்த்தது.

நல்லார் ஒருவர் உளரேல் அவர் பொருட்டு எல்லார்க்கும் பெய்யும் மழை.

உலகத்தை மறந்து வெறித்தனமாய் ஓடிக்கொண்டிருக்கும் கணவரை அழைத்து மின்சாதன நடைவண்டியில் ஏற்றிக்கொண்டு எங்களுக்கான குளிர்சாதனப் பெட்டியை அடைந்தோம்.

புகையிலையின் சிவப்புக் கறை எங்களை அன்புடன் வரவேற்றது. சுத்தம் தெரியாத மட ஜென்மங்கள் என எனக்குள்ளே கறுவிக்கொண்டே எங்களுக்கான இருக்கையை அடைந்தோம்.

ஒரு பக்கம் இளம் தம்பதிகள் தங்கள் கண்களால் ஒருவரை ஒருவர் ஆரத்தழுவிக்கொண்டிருந்தனர். அந்தக் கண்களை நான் கண்டவுடன், வெட்கம் தளும்பி வழிந்து இன்னும் அவளின் முகத்தைச் சிவக்க வைத்தது.

என் எதிர் இருக்கையில் ஒரு சிறு குழந்தையோடு போராடிக் கொண்டிருந்த மற்றொரு தம்பதிகள்.

மேல்மட்ட இருக்கையில் சுதந்திரப் பறவையாய் இளைஞர்கள் தன்னை மறந்து செல்பேசியில் விளையாடிக்கொண்டிருந்தனர்.

என் கண்கள் ஒரு பருந்தைப் போல் எல்லோரையும் வட்டமிட்டுக்கொண்டு அமர்ந்தன.

இரவு நெருங்க நெருங்கப் பசியும் கவ்வத் தொடங்கியது. வீட்டிலிருந்து உணவு எடுத்து வந்திருக்கவேண்டும் என்று கவலைப்படும்படி இரயில்வேயில் கிடைத்த உணவு மிகவும் மோசமாக இருந்தது. நல்ல வேளை பழங்களும், பிஸ்கட்டும் எடுத்து வந்திருந்ததால் தப்பித்தோம். மறுநாள் மாலை ஹவுரா இரயில் நிலையத்தை அடைந்தோம்.

2. விசாவும் கொல்கத்தாவும்

ஆயிரம் மையல் பயணம் ஒரே அடியில் தொடங்குகிறது.

-லாவோசூ

ஹூக்ளி மடிமீது ஹவுரா பாலம் :

பதிவு செய்த மகிழ்வுந்தில் ஏறி நாங்கள் தங்க வேண்டிய விடுதிக்கு விரைந்தோம். ஹவுராவையும் கொல்கத்தாவையும் இணைக்கும் ஹவுரா பாலம் மிகப் பெரிய தொங்கு பாலம். கண்ணையும், கருத்தையும் அதன் தொழில்நுட்பம் கவர்ந்திழுத்தது. அந்த இரவில் அழகான ஒளி வெள்ளத்தில் ஹூக்ளி நதியின் மேல் ஹவுரா பாலத்தின் நிழல் ஒய்யாரமாய்ப் படுத்திருந்த அழகு என் கண்களுக்குள் அந்த நிஜத்தையும், நிழலையும் வாரிச் சுருட்டியபடி

பயணிக்கத் தொடங்கியது.

“புனிதா இதனைக் கட்டிய தலைமைப் பொறியாளர் பெயர் சொல்லு என்றார்!” என்கணவர்.

“எனக்குத் தெரியவில்லை நீங்களே சொல்லுங்கள்” என்றேன்.

“ஜார்ஜ் டர்ன் புல்” என்றார்.

என் தன்மானம் கொஞ்சம் முரண்டு பிடித்தது. பதிலுக்கு நானும் ஒரு கேள்வியைக் கேட்கத் தொடங்கினேன்.

“இந்தப் பாலத்திற்கு இன்னொரு பெயர் உண்டு”

“சொல்லுங்க பார்ப்போம்” என்றேன்.

“பதிலுக்குப் பதில் இல்லாட்டினா உன் நெஞ்சு பொறுக்காதே.

எனக்குத் தெரியவில்லை நீயே சொல்லு.”

“வங்கக் கவிஞர் நம்ம இரவீந்திரநாத் தாகூர்” பெயர்தான் என்றேன்.

என்னதான் ஓட்டுநருக்குப் பிறர்மொழி தெரியாவிட்டாலும் தன் ஊரைப்பற்றித்தான் பேசுகிறார்கள் என்பதை அவர் புன்னகை காட்டிக்கொடுத்தது. ஒருவழியாக ஓட்டல் அறைக்கு வந்து சேர்ந்தோம்.

முதலில் குளித்து விட்டுச் சாப்பிடவேண்டும் என்ற எண்ணத்தை வயிறு தூண்டிலிட்டபடியே இருந்தது. நான்காவது மாடியில் இருந்த உணவு பரிமாறும் அறைக்கு விரைந்தோம். தேவையான உணவை வாங்கி வயிறு முட்ட உண்டு மகிழ்ந்தோம்.

“என்னங்க கொஞ்ச நேரம் வெளியில் நடந்திட்டு வரலாமா?” என்றேன் .

“சரி என்றார்” கணவர்.

இந்தப் பகுதி முழுவதும் ஓட்டல், விடுதி, பேக்கரி, ஐஸ்கீரிம் கடைகள், இனிப்பகக் கடைகள் என நிறைந்திருந்தன. வெகு நேரம் ஆகிவிட்ட காரணத்தினாலோ என்னவோ... தெருவில் ஆள்கள் நடமாட்டம் குறைவாகத்தான் இருந்தன.

நாளை மறுநாள் அமெரிக்கத் தூதரகத்திற்குச் செல்ல வேண்டியிருப்

பதால் அதற்கு மிக அருகிலேயே தங்கும் விடுதியை ஆன்லைன் மூலம் தேர்வு செய்திருந்தோம்.

"சரி போதும் நடந்தது; நாளைக்குக் காளி கோயிலுக்குப் போகவேண்டும்" என்றார். சரி என்றபடியே விடுதிக்கு நடைபோடத் தொடங்கினோம்.

கொல்கத்தா சாலை :

மறுநாள் காலை உணவை ஓட்டலில் முடித்துவிட்டுக் காளி கோவிலுக்குப் புறப்பட்டோம். எனக்கு, அவர் விவேகானந்தரின் குரு என்பதாலோ அன்னை சாரதா தேவியின் கணவர் என்பதாலோ, காளியின் தீவிர பக்தர் என்பதாலோ, பெண்களைத் தேவியாய் எண்ணி வணங்க வேண்டும் என்ற அறிவுரையை வழங்கியதன் காரணமாகவோ இராமகிருஷ்ணபரமஹம்சர் மீது எப்போதும் தீராத ஒரு பக்தி இருந்தது.

அவருடைய மடத்தையும் அவர் தரிசித்த காளியையும் கண்டுவிட வேண்டும் என்று உள்ளம் சொல்லிக்கொண்டேயிருந்தது. அதன் பொருட்டுப் பதிவு செய்த மகிழ்வுந்து ஓட்டுநரிடம் இராமகிருஷ்ண பரமஹம்சர் கும்பிட்ட காளி கோயிலுக்கு அழைத்துச் செல்லும்படி சொன்னோம்.

இங்கிருப்பது மடம் அல்ல, இதுதான் பூர்விகக் கோயில். இந்தக் கோயிலிருந்துதான் மண் எடுத்துக்கொண்டு போய் மடத்தைக் கட்டினார்கள் என்று அவர் ஹிந்தியில் குறிப்பிட்டார்.

அந்த மடத்திற்குச் செல்ல வேண்டுமானால் இரண்டு மணி நேரம் ஆகும் என்று நேரத்தை அவர் குறிப்பிட்டதன் காரணமாக இந்தப் பூர்விகமான பழையக் கோயிலுக்குச் செல்லலாம் என்று முடிவெடுத்தோம்.

கொல்கத்தா சாலையில் மகிழ்வுந்து விரைந்து சென்று கொண்டிருந்தது. பழைமையும், புதுமையும் கலந்த ஒரு நகரத்தைக் காண முடிந்தது. சிவப்பு வண்ணக் கட்டடங்கள் அதிகமாகத் தென்பட்டது. எனக்குள் சொல்லிக்கொண்டேன் கம்யூனிஸ்டுகள் நிறைந்தபகுதி அல்லவா!

ஆங்காங்கே மம்தா பானர்ஜி பேனர்களில் நின்றபடி காட்சியளித்துக் கொண்டிருந்தார். பேருந்து செல்லும் சாலையில் இரயில் ஓடுவதைக் காண முடிந்தது. ஓட்டுநரிடம் கேட்டோம் அதன் விவரத்தை. அவர், ஒரு குறிப்பிட்ட இடத்திலிருந்து ஒரு குறிப்பிட்ட இடத்திற்குச் சாலை வழியிலே செல்ல இரயில் பாதை போடப்பட்டு உள்ளது என்றார்.

இதற்கு *tram service* என்று பெயர்.முதலில் 35 அடி நீளம் கொண்டதும், அதன்பின் 50 அடி நீளம். மரத்தால் செய்யப்பட்டது,இதில் 130 பேர் பயணிக்கலாம். பார்ப்பதற்குச் சிறிய அளவு இரயில் மாதிரி இருக்கும். ஆங்கிலேயர் காலத்தில் குதிரை வைத்து ஓட்டினர். 1873 நீராவி என்ஜினாய் மாறியது. அதன்பின் அமைப்பு ஸ்டிலாக மாற்றப்பட்டது. டல்ஹவுசி சதுக்கத்தில் தொடங்கி அர்மீனியன்கட் வரை சென்றது. தற்போது நவீன வசதியோடு குளிர்சாதனப்பெட்டியோடு பயணிக்கிறது என்றார். அவருக்கும், அந்த *tram* வசதிக்கும், கைத்தட்டிகொண்டு 'இது கூட நன்றாக இருக்கிறதே. நம் ஊரிலும் வந்தால் நன்றாயிருக்குமே என இருவரும் ஒத்த குரலில் சொல்லிக்கொண்டோம். இரயில் பெட்டியின் முன் அழகான காளியின் உருவம் பொறிக்கப்பட்டிருந்தது.

சும்மா இல்லாமல் என் கணவர் இங்கு அரசியல் நிலவரம் எப்படி இருக்கிறது? வரும் தேர்தலில் யாருக்கு ஓட்டு அதிகமாகக் கிடைக்கும் என்ற வினாக்களை ஹிந்தியில் கேட்டுக்கொண்டிருந்தார். அதற்கான பதிலை ஓட்டுநர் வழங்கிக்கொண்டிருந்தார்.

நான் இடையில் மேற்கு வங்கத்தின் சிங்கப்பெண் மம்தா பானர்ஜி என்றேன். அவர் எதுவும் பதில் சொல்லவில்லை.

எனக்குள்ளே பெண்களைப் பற்றிப் புகழ்ந்து பேசினால் எந்த ஆணுக்கும் பொறுப்பதில்லை என்று முனகிக் கொண்டேன். ஒரு கடைக்கு முன் இறக்கிவிட்டு, இங்கே செருப்பைப் போட்டுவிட்டு நீங்கள் நடந்து செல்லுங்கள். அங்கே செருப்புக்கு அனுமதி கிடைக்காது. பாதுகாப்பும் கிடையாது என்று அந்த ஓட்டுநர் கூறிவிட்டார்.

அவர் சொன்ன சொல்லை நம்பி நாங்களும் அந்தக் கடையில் செருப்பைப் போட்டுவிட்டு நடக்க ஆரம்பித்தோம். அது கடுமையான வெயில் காலம்.

வெயிலுக்குள் அரசியல் :

மதிய நேரம் தார்ச் சாலையில் நடக்க முடியவில்லை. வெயில் எங்கள் கால்களைத் தின்றுகொண்டிருந்தது. பொறுக்க முடியாமல் நான் ஓடவும் ஆரம்பித்தேன். அதே சாலையில் செருப்பு அணிந்து நடந்து சென்றவர்கள் எங்களை வினோதமாகப் பார்த்துக்கொண்டே நடந்தார்கள்.

இது என்ன கொடுமை காளியே!

நாங்கள் என்ன தவறு செய்தோம். நாளை என்ன நிகழப் போகிறதோ? ஒரு நேரம் அயல்நாட்டு நுழைவுச் சான்று (விசா) கிடைக்காதோ? அதன் காரணமாகத்தான் இத்தனை இடைஞ்சல்களா? புலம்பியபடி வந்தேன்.

"அதெல்லாம் ஒன்னுமில்ல நீ சும்மா இல்லாம மம்தாஜியைப் பத்திப் புகழ்ந்து பேசின டிரைவர் (மம்தாஜிக்கு எதிரணி) நினைக்கிறேன். அதனாலதான் இந்த வெயில்ல சாவுங்க டா என்று நினைத்துவிட்டான்னு போல" என்றார் என் கணவர் செந்தில்குமார்.

"இப்படி எல்லாம் அவன் நினைத்திருந்தால் நல்லா இருக்க மாட்டான்".

ஒரு சாபத்தை தெளித்தபடி வேகமாக ஓடிக் கோயிலை அடைந்தோம்.

காசேதான் கடவுள் :

கோயிலுக்குள் விடாமல் தரகர்கள் பிடித்து வைத்துக் கொண்டு பேரம் பேச ஆரம்பித்தார்கள். உள்ளே அழைத்துச் செல்ல ஒவ்வொரு தலைக்கும் 2000 ரூபாய், ஆயிரம் ரூபாய் அவர்களின் விருப்பத்திற்கு ஏற்றவாறு, வெளியூர் ஆள்கள் என்று தெரிந்துவிட்டால் விலையை ஏற்றிக் கறந்துவிடப் பார்த்துக்கொண்டிருந்தார்கள்.

ஏற்கெனவே ஓடி வந்த களைப்பில் பணம் கொடுத்தாவது உள்ளே போய் விடவேண்டும் என்ற எண்ணம் தோன்றிவிட்டது. நல்ல வேளையாகத் தரகர்களுக்கு இடையே சண்டை வர எங்களைப் போன்று வெளியூரிலிருந்து வந்தவர்கள் ஏமாற்றப்பட்ட நிலையைப் பக்கத்தில் சொல்லிக்கொண்டிருந்தார்கள்.

உள்ளேயும் வரிசை இருப்பதாகவும், நேரடியாகச் சாமியைப் பார்ப்பதற்கு அனுமதி தரவில்லை என்றும் அப்படி நேரடியாகப் பார்ப்பதாக இருந்தால் இன்னும் கொஞ்சம் பணம் தரவேண்டும் என்று உள்ளே அழைத்துச் சென்ற பிறகு இந்தத் தரகர்கள் இப்படியான பதிலைச் சொல்லுகிறார்கள் என்று புலம்பிக் கொண்டிருந்தார்கள்.

அதற்குள் பொது வரிசை எப்படி இருக்கிறது என்று பார்க்கச் சென்றுவிட்டேன். மிஞ்சிப் போனால் 50 பேர்தான் இருப்பார்கள். ஆனால் 50 பேரை அனுப்புவதற்கு இரண்டு மணி நேரத்திற்கு மேலாக எடுத்துக்கொள்கிறார்கள்.

வருபவர்களை எல்லாம் பணத்தை வசூலித்து இரண்டாவது வழியின் வழியாக அனுப்புவதற்கான வேலையை நிழல்ஆசாமிகள் செய்துகொண்டிருந்தார்கள். உள்ளே இருக்கும் பூசாரிகளும் இதற்கு உடந்தை என்பது புரிய முடிந்தது.

எனக்குள் இருக்கும் கவிஞன் :

நம்மஊர் பழனி, திருச்செந்தூரைவிட மிகவும் மோசமாகத்தான் இருக்கிறது இந்தக்கோயிலின் நிலைமை. வரிசையில் நிற்க ஆரம்பித்தோம். இரக்கமற்ற முறையில் வெயில் கொளுத்தத் தொடங்கியது.

நிற்க முடியாமல் ஒவ்வொருவரும் தவித்துக்கொண்டிருந்தோம். எனக்கு ஒருபுறம் இப்படிச் சாமியைப் பார்க்க வேண்டுமா என்று எண்ணம் தோன்றியது.

காலம் காலமாய்க் காசு இல்லாதவன் வரிசையில் வருவதுதான் சட்டமாகவும் இருக்கிறது. ஆசாமியின் சட்டமாக இருப்பதைவிட கடவுளின் சட்டமும் அதுவாகத்தான் இருக்கிறது.

இல்லையென்றால் அவன் எப்படியாவது மாற்றி இருப்பான் அல்லவா.! என் ஆற்றாமையைப் போக்க எப்போதும்போல் எனக்குள் ஒரு கவிதை தோன்றியது.

பரந்த
வெயில் பறவையின் அலகிற்குத்
துடிக்கத் துடிக்கத்
தன் உயிரைப்
பருகத் தருகிறார்கள்
பிச்சைக்காரனும்
அந்தக் கோயில்
கட்டுமானத் தொழிலாளியும்.
அடி வயிற்று
நெருப்பணைக்க
வரும் பக்தர்களை
உட் பிரகாரத்திற்கு
அழைத்துச் செல்வதாய்ப்
பேரம் பேசிக்கொண்டிருக்கிறார்கள்
தரகர்கள்.
எந்தப் பண நிபந்தனைக்கும்
உட்படாதவர்கள்
அரவமென நீளும்
வரிசையில்
நின்றே தேயும்
ஏழை பக்தர்கள்
கூடுதலாய்
மாலை, மரியாதையோடு
வழியனுப்பப்

பூசாரியின் தட்டில் இடப்படவேண்டும்
சில லகரங்கள்
எல்லோருக்குள்ளும்
ஏதோவொரு
பசி மயம்
பணமயம்
அந்தச் சாத்தனின் கைகளுக்குள்
சிக்கிய
நூல் கயிறாய்
மனித உயிர்கள்
அத்தனையும்
கேட்கும்
பெரும்பசியைப்
பெற்றிருக்கிறாள்
உக்கிர மாகாளி.
அவளையும்
இந்தக் குழிக்குள்
தள்ளிவிட்டு
வேடிக்கை காண்கின்றனர்
மத ஆசாமிகள்
மாற்றமின்றிக்
கொடியவர்கள் பிடியில்
சுழன்றபடியிருக்கிறது
இந்த வையம்

என்று நினைத்தபடியே நகர்ந்துகொண்டிருந்தேன்.

ஏழை என்பவர் கிள்ளுக்கீரையா? :

அங்கே கண்ட காட்சி இன்னும் கொஞ்சம் மனம் வருத்தமடைய வைத்தது. கொதிக்கும் வெயில் பக்தர்களை வரிசைப்படுத்தக் கட்டப்பட்டிருந்த மூங்கில் கம்பின் மேல் பாயை விரித்து அதில் கிடைக்கும் சிறு நிழலின் கீழே கம்பளியை விரித்துக் கழைக் கூத்தாடிச் சிறுவன் அயர்ந்து உறங்கிக்கொண்டிருந்தான்.

அவன் முழங்காலில் வெயில் மேய்ந்துகொண்டிருந்தது. என்னடா வாழ்க்கை இது? என்று ஓர் அலுப்பையும் கடவுள் மீது இன்னும் கொஞ்சம் கோபத்தையும் தந்தது.

ஒரு வழியாய் உள்ளே சென்றுவிட்டோம். அங்கேயும் வரிசை. புனிதா உனக்கு வந்த சோதனையாடீ என்று மனத்திற்குள் நினைத்துக்கொண்டு காத்திருந்து உள்ளே சென்றோம்.

காளியின் உருவத்தைப் பெரிதாகக் கற்பனை செய்திருந்தேன். பளிங்குக் கற்களால் சேர்வாளியைப்போல் பெரிய உருவச் சிலையாய் இருக்குமென்று நினைத்திருந்தேன்.ஆனால் அம்மன் படம் தோற்றமாய்க் காளிதேவி ஒற்றைக் கல்லாய் நின்றிருந்தாள். சரியாகச் சொல்லவேண்டுமானால் சிவலிங்கத்தின் மேல் பகுதி பெரிய அளவு கொண்டதாய் இருந்தது. அதனையும் முழுவதுமாய் மனதார நின்று பார்க்க முடியவில்லை. திருப்பதி கோயில் ஜருகண்டி மாதிரிதான் இங்கேயும் விரட்டி அடித்தனர்.

கரியாஹட் சந்தை :

நேரம் மாலைப்பொழுதை நெருங்கிக்கொண்டிருந்தது. வெயில் தணிய ஆரம்பித்தது. உணவு அருந்திவிட்டு ஒரு மகிழ்வுந்தைப் பதிவு செய்து கரியாஹட் சந்தைக்குப் புறப்பட்டோம்.

தெரு முழுவதும் கடைகள் நிறைந்திருந்தன. சேலைகள், சுடிதார்கள், நகைகள், அலங்காரப்பொருள்கள், மாலைகள், வீட்டு அலங்காரப் பொருள்கள் இப்படி எல்லா விதமான பொருள்களும் கிடைக்கும் என என் தோழி ஏற்கெனவே இந்தச் சந்தையைப் பற்றிக் குறிப்பிட்டியிருந்தாள்.

எனக்குச் சிவப்பு நிறக் கரையிட்ட பெங்கால் புடைவை எடுக்க வேண்டும் என்று ஒரே ஆசை. கடை முழுவதும் தேடி ஒரு சேலையை எடுத்துவிட்டேன். மெட்டல் காதணிகள், கழுத்து மாலைகள் அழகழகாய் இருந்தன. அந்தக் கடைக்குள் நுழைந்தவுடன் என் கணவர் கை எடுத்துக் கும்பிட்டார். இனிமேல் வாங்கினால் வசவு கிடைப்பது உறுதி என உள்ளக்கெளளி கத்தியது; சரி என்று கிளம்பிட்டேன்.

மறுநாள் விசா நேர்முகத்தேர்வு. கடவுளே எங்களுக்குக் கிடைத்து விடவேண்டும் எனப் பிராத்தனை செய்துகொண்டே காரில் ஏறி அமர்ந்தேன். என்ன கொடுமை என்றால் சேலைக் கடையிலிருக்கும் வரை இந்த ஞாபகம் வரவேயில்லை. சுற்றுலாத் தலத்திற்கு வந்த நினைவில் இருந்திருந்தேன்.

தார்க்குச்சி :

கொல்கத்தா இரயில்வே நிலையத்திலிருந்து நான் கவனித்து வந்தது. இங்கே உள்ளவர்கள் போக்குவரத்து விதிகளை மிகவும் மதித்தார்கள். ஆள்கள் இல்லாவிட்டாலும் பச்சைவிளக்கு விழுந்த பிறகுதான் செல்வதைக் கவனிக்க முடிந்தது.

ஓட்டுநரிடத்தில் கேட்டேன், எப்படி இப்படி மிகச் சரியாகப் போக்குவரத்து விதிகளை மதிக்கிறீர்கள்?. எல்லா இடத்திலும் கண்காணிப்புக் கருவி இருக்கிறது. அப்படித் தவறாகச் சென்று விட்டால் அபராதத்தொகை உடனே கட்ட வேண்டும். நம்முடைய செல்பேசிக்கு வந்து விடுகிறது என்று குறிப்பிட்டார். எல்லா இடத்திலும் ஒரு தார்க்குச்சி இருக்க வேண்டும் போல என்று எனக்குள்ளே நினைத்துக்கொண்டேன்.

கொல்கத்தா அமெரிக்கத் தூதரகம் :

மறுநாள் எங்களுக்கான நேரம் 9 மணி. ஆனால் நாங்கள் 8 மணிக்குச் சென்றுவிட்டோம். அமெரிக்கத் தூதரக வாசலில் அதாவது தெருவில் ஒரு நீண்ட வரிசையில் நின்றிருந்தார்கள். அவரவர் நேரத்திற்கு அலுவலகத்திற்குள் செல்ல அமைதி கிடைத்தது.

1. கடவுச்சீட்டு
2. ஊழியர் அரசாங்கமாக இருந்தால் Noc
3. கேடெக்கிலிருந்து அழைப்பு
4. டிஎஸ் 160 நகல்
5. DS 160 இன் உறுதிப்படுத்தல் பக்கம்
6. 6 மாதங்களின் வங்கி அறிக்கை
7. விசா நியமனக் கடிதம்
8. விசா கட்டணரசீது
9. பாஸ்போர்ட் அளவு புகைப்படம் (விரும்பினால்)
10. பான்கார்டின் நகல் (விரும்பினால்)

இவை மட்டுமே எடுத்துச் செல்லவேண்டும்.

தொலைபேசி, கைப்பை, ஸ்மார்ட் கடிகாரம், ஊக்கு மற்ற உடைமைகள் எதுவும் எடுத்துச் செல்லக்கூடாது. எங்களைப் போன்று முதன் முதலில் வெளிநாடு செல்பவர்களுக்கு இதெல்லாம் தெரியவில்லை.

அதன் காரணமாகப் பலரும் தங்கள் பொருள்களைப் பக்கத்தில் இருக்கும் கடையில் கொடுத்துவிட்டுச் சென்றனர். ஆனால் கொடுக்கக்கூடிய ஒவ்வொரு பொருளுக்கும் ஏற்றவாறு அவர்கள் பணத்தையும் வசூல் செய்துகொண்டிருந்தனர். இதிலும் வியாபாரம்... நடக்கட்டும். நடக்கட்டும் என்றது மனம்.

உள்ளே சென்று திரும்பியவர்கள் சிலர் மகிழ்ச்சியோடும், சிலர் துக்கமாகவும் வெளியே வந்தார்கள். துக்கமாக வெளியே வந்தவர்கள் பாஸ்போர்ட் கையில் வைத்திருந்தார்கள். மகிழ்ச்சியோடு வந்தவர்களின் கையில் பாஸ்போர்ட் இல்லை. அப்போது ஒன்று எனக்குப் புரிந்தது.

பாஸ்போர்ட்டை அவர்கள் வாங்கிக்கொண்டால் விசா கிடைத்து விட்டது வெளிநாடு செல்வது உறுதிபோல என்று நினைக்கத் தோன்றியது.

எங்களுக்கான நேரம் வந்தது; உள்ளே நுழையும்போதே ஆயிரம் தெய்வங்களைக் கும்பிட்டுக்கொண்டேன். கைகளை விரிக்கச் சொல்லிப் பரிசோதனை செய்யப்பட்டது.

ஐந்து அறைகள் இருந்தன. எங்களுக்கான அறையில் ஓர் ஆப்பிரிக்கப் பெண்மணி இருந்தார். அவர் என்னிடத்தில் உங்கள் பெயர் என்ன? எதற்காகச் செல்கிறீர்கள்? என்ன பணிபுரிகிறீர்கள்? என்று கேட்டார். என் பெயர் செ.புனிதஜோதி என்னுடைய மகன் ரிதன் ஆதித் பட்டமளிப்பு விழாவிற்குச் செல்கிறேன் என்பதையும் நான் ஓர் இல்லத்தரசி என்பதையும் குறிப்பிட்டேன்.

அடுத்து என்னுடைய கணவருக்குக் கேள்விகள் தொடுக்கப் பட்டன. அவருடைய என். ஓ. சி எல்லாமும் சரிபார்க்கப் பட்டது. அவரிடமும் உங்களுடைய பெயர் என்ன? உங்கள் பதவி என்ன? எதற்காகச் செல்கிறீர்கள்? அங்கே எங்கே தங்கப் போகிறீர்கள்? செலவிற்கு என்ன செய்வீர்கள்? போன்ற பல கேள்விகள் கேட்கப்பட்டன. ஒவ்வொரு கேள்விக்கும் நிதானமாகச் சரியான பதிலையும் அவர் எடுத்துச் சொன்னதால், பாஸ்போர்ட் எங்களிடத்திலிருந்து வாங்கிக்கொள்ளப்பட்டது.

அப்பொழுதுதான் உயிர் மூச்சு எங்களிடத்திலிருந்து திரும்பி வந்தது. மகிழ்ச்சியோடு சென்னை திரும்பினோம்.

சென்னையும் அழகிய தோஹாவும்

நான் பயணத்திற்காக பயணம் செய்கிறேன் நகர்வதே பெரிய விவகாரம்.

- ராபர்ட் லூயிஸ் ஸ்டீவன்சன்

விசாவும் நானும் :

இந்த மகிழ்ச்சியான செய்தியை முதலில் மகனிடம் பகிர்ந்தோம். வீட்டிற்குப் பாஸ்போர்ட் வரும்படி ஏற்பாடு செய்கிறேன். விமானப் பயணச்சீட்டு, உங்களைத் தங்க வைக்கும் ஓட்டல் மற்ற விசயங்களை ஏற்பாடு செய்கிறேன். உங்களுக்குத் தேவையான ஆடைகளை எடுத்து வையுங்கள். மிகவும் குறைந்த நாள்கள்தான் இருக்கின்றன என்ற கட்டளையும் இட்டுவிட்டான்.

சென்னை வந்த இரண்டு நாள் கழித்து பாஸ்போர்ட் வீடு தேடி வந்துவிட்டது. பணத்தைச் செலுத்திப் பெற்றுக்கொண்டேன். பிரித்துப் பார்த்தால் என் கணவர் செந்தில்குமார் பாஸ்போர்ட் மட்டுமே வந்திருந்தது. என் பாஸ்போர்ட் வரவில்லை.

'இது என்னடா பெரிய கூத்தாயிருக்கே' என்பதைப் போல என் மனநிலை மிகவும் கவலை அடைந்தது.

என் மகனிடம் தெரிவித்ததற்கு நுங்கம்பாக்கம் பாஸ்போர்ட் அலுவலகத்தில் உங்கள் பாஸ்போர்ட் வந்துள்ளது. நீங்கள் போய் வாங்கிக்கொள்ளுங்கள் என்றான். எல்லா விசயங் களையும் அவனே செய்ததன் காரணமாக அவன் மின்அஞ்சலுக்குச் செய்திகள் வந்திருக்கின்றன. அது புரியாமல் நான் புலம்பித் தவித்துப்போனேன். பிறகு என் கைக்கும் பாஸ்போர்ட் வந்து சேர்ந்தது.

ஒரு பெண் வீட்டை விட்டுப் புறப்படுவது அவ்வளவு சாதாரணமா என்ன?

எல்லா உறவுகளிடத்திலும் சொல்லிக்கொள்ள வேண்டும், நாம் சொல்லுவது உண்மை என்று அவர்கள் நம்ப வேண்டும். அணுகுண்டு இரகசியத்தை மறைப்பது போல அவர்கள் நினைத்துக் கொள்வார்கள்.

நாம் எவ்வளவுதான் உண்மையைச் சொன்னாலும் அவர்களுக்குப் புரியப்போவதுமில்லை. சந்தேகக் கண்களிலேயே நம்மைப் பார்ப்பார்கள், கேட்பார்கள். பாஸ்போர்ட் கையில் கிடைக்கும்வரை வெளிநாடு செல்வது உறுதியா இல்லையா என்பது நமக்கே தெரியாத நிலையில் அவர்களிடத்தில் எப்படிச் சொல்ல முடியும்.

உறவுகள் என்றாலே வாழ்ந்தாலும் பேசும், தாழ்ந்தாலும் பேசும்; சரி பேசட்டும். இதுவும் இல்லையென்றால் வாழ்க்கையில் என்னதான் சுவாரசியம் இருக்கப்போகிறது.

ஒருவழியாக அனைவருக்கும் சொல்லி முடித்தாயிற்று. அடுத்த வேலையாக அட்லாண்டாவில் உள்ள என் கவித் தோழிகளுக்கும் என் அண்ணனின் நண்பர் மகேந்திரன் குடும்பத்தினருக்கும் நாங்கள் வருவதைப் பதிவு செய்தேன். அனைவரும் மகிழ்ச்சி அடைந்தனர்.

அவரவர் வீட்டுக்கு வரும்படியும் கேட்டுக்கொண்டனர். எங்களுக்குத் தேவையான குளிர்தாங்கும் கம்பளிஉடைகள், கண்ணாடி, கால்உறை, முழுக் காலணிகள், அனைவருக்கும் கொடுக்கப் பரிசுப்பொருள்கள் மற்றும் பலகாரங்கள், தொக்குகள், மாத்திரைகள் என அனைத்தையும் வாங்கிவிட்டேன்.

இதனைக்கொண்டு செல்லப் பெட்டிகள் வாங்கிக்கொண்டோம். இதற்கிடையில் என் மகனுடன் படிக்கும் நண்பர்கள் வீட்டிலிருந்து மசால்பொடிகள், உடைகள், புத்தகங்கள் என நிறைந்துவிட்டன. வாங்கியது மூன்று பெட்டி. ஒவ்வொரு பெட்டியும் 21 கிலோ எடை இருக்கும்படி பார்த்துக்கொண்டோம்.

நம் கைப்பையில் எலக்ட்ரானிக்ஸ் பொருள்கள், மாத்திரைகள்,

சில தின்பண்டங்கள், ஜெர்கின்ஸ் 7 கிலோ இருக்கும்படி பார்த்துக் கொண்டோம்.

அட்லாண்டாவிலுள்ள ராஜீ அம்மா, மகேந்திரனிடமிருந்து குறுஞ்செய்தி வந்திருந்தது. நாங்கள் இங்கு இருக்கும்போது நீங்கள் ஓட்டலில் தங்குவது நன்றாக இருக்காது. எங்கள் வீட்டில் தங்குங்கள் என்று அன்புக் கட்டளையிட்டனர். உலகப் பெண்கள் பேரவையின் நிறுவனர் அகன் அவர்கள் விடுதியில் தங்குவது அதிகச் செலவுகள் ஏற்படும் அம்மா. நம் ஊர் போன்று கிடையாது. அதிகச் செலவுகள் ஆகக்கூடிய இடம். அதனால் யார் வீட்டிலாவது தங்கிக் கொள்ளுங்கள் என்று அவரும் ஆலோசனை வழங்கினார்.

இதனை என் மகனிடம் நான் சொன்னபோது "அம்மா நானும் என்னுடைய நண்பர்களும் இதைப்பற்றித்தான் உரையாடிக் கொண்டிருக்கின்றோம்.

அவர்களுடைய அப்பா, அம்மாவும் பட்டமளிப்பு விழாவிற்கு வருகிறார்கள். என்ன செய்யலாம் என்று யோசித்துக்கொண்டிருக் கின்றோம்.

"ஆன்லைனில் தங்குவதற்கு ஏதாவது வீடு கிடைக்குமா என்று பார்த்துக்கொண்டிருக்கின்றோம். அப்படிக் கிடைக்கும் எனில் இரண்டு குடும்பம் அல்லது மூன்று குடும்பம் இருக்குமாறு இருக்கும். பின்னர் உங்களுக்கு அதைத் தெரிவிக்கின்றேன். இப்பொழுது ஊருக்கு நல்லபடியாக வந்து சேருங்கள் என்று விமானப் பயணச்சீட்டை மின்அஞ்சல் மூலமாக அனுப்பி வைத்தான்.

கனவைக் கிள்ளிப்பார்த்தேன் :

ஒருவழியாக அண்ணா பன்னாட்டு விமான நிலையத்திற்குள் நுழைந்தோம். பயணச்சீட்டு, பாஸ்போர்ட், பெட்டிகளின் பரிசோதனைக்குப் பிறகு சென்னையிலிருந்து தோஹா செல்லக் கூடிய நுழைவாயில் எண்ணிற்குப் போய் அமர்ந்தோம்.

என் மகனிடமிருந்து செய்தி வந்திருந்தது. அவனுடைய நண்பர் கௌசிக்கின் பெற்றோர்களும் நாகராஜன், கீதா இதே விமானத்தில் வருகிறார்கள். அவர்களுடைய எண்ணை அவன் குறித்திருந்தான்.

அவர்களோடு தொடர்புகொண்டு பேசுங்கள். அவர்கள் அடிக்கடி வெளிநாடு செல்லக் கூடியவர்கள். உங்களுக்கு உதவியாக இருக்கும்

என்று குறிப்பிட்டிருந்தான். நாங்களும் அந்த எண்ணைத் தொடர்பு கொண்டோம்.

அவர்கள் எங்கள் அருகில்தான் அமர்ந்திருந்தார்கள். ஒருவரை ஒருவர் அறிமுகம் செய்துகொண்டோம். நீண்ட நாள் பழகிய உறவு முறையைப் போல கீதாவுடன் என்னாலும் என்னுடன் அவர்களாலும் ஒட்டிக்கொள்ள முடிந்தது.

பிறகு என்ன... சரியான நேரம் வந்தவுடன் விமானம் ஏறி தோஹாவை நோக்கிப் பறக்கத் தொடங்கினோம்.

என்னால் நம்ப முடியாத வியப்பில் என்னை நானே கிள்ளிக் கொண்டேன்.

குழந்தைமை வெளிப்படுதல் :

விமானப் பயணத்தில் எனக்குக் காது வலி வந்துவிடும். முன்னெச் சரிக்கையாக மருத்துவரிடம் சென்று அதற்கான மாத்திரையை வாங்கிப் போட்டுக்கொண்டு காதுகளில் ஏர் பிளக்கைப் பொருத்திக் கொண்டேன்.

அலுமினியப் பறவைக்குள் அமர்ந்தபடி அந்த மேகத்தை இரசித்துக்கொண்டே பயணம் செய்துகொண்டிருந்தேன்.

அவ்வப்போது அம்மாக்கள் துவைத்து அனுப்பும் சோப்பு நுரையாய் மேகங்கள் காட்சியளித்தன. வானத்தில்தானே சாமி இருப்பதாய்ப் பல படங்களில் பார்த்திருக்கின்றோம். எங்கேயாவது ஒரு சாமி இருக்குமா, கண்ணுக்குத் தென்பட்டுவிடாதா என்ற ஒரு குழந்தைமை எண்ணம் வெளிப்பட்டுக்கொண்டிருந்தது.

தோஹா விமான நிலையம் :

நல்ல முறையில் தோஹா வந்து இறங்கினோம். தோஹாவில் இருந்து அட்லாண்டாவிற்குச் செல்ல 8 மணி நேரம் காத்திருக்க வேண்டியதாக இருந்தது. தோஹா மிகப்பெரிய பரப்பளவு கொண்ட அழகிய விமான நிலையம்.

அதைச் சுற்றிப் பார்க்கவே இந்த 8 மணி நேரம் காணாமல் போய்விடும் என்று கீதா அவர்கள் குறிப்பிட்டார்கள். அவர்களோடு சேர்ந்து மெல்ல நடக்கத் தொடங்கினோம். தொழுகை செய்வதற்குத் தனியறை, புகைப் பிடிப்பதற்கும் தனியறை அமைக்கப்பட்டிருந்தது. இரவு தெரியாதபடி ஒளி வெள்ளத்தில் திளைத்திருந்தது அந்த விமான நிலையம்.

பல்வேறு உணவு அங்காடிகள், பல்வேறு அலங்காரப் பொருள்கள், உடைகள், தோள்பைகள், பரிசுப்பொருள்கள் நிறைந்த கடைகள், சாக்லேட் கடைகள், நகைக் கடைகள் கார் கடைகள் , சரக்குக் கடைகள், அலங்கார வளைவுகளோடும் மிக மிகப் பெரிய பொம்மைகளோடும், கண்ணாடியால் செய்யப்பட்ட மரங்கள், பலவிதமான மலர்கள், செடிகள், தனிப் பூங்காக்கள் அதில் படுப்பதற்கு வசதியான குடில்கள், ஆங்காங்கே அமர்வதற்கான இருக்கைகள் அதன் அருகில் மின்ஏற்றம் செய்ய பிளக் பாயின்ட்டுகள், கண்ணைக் கவரும் காட்சிப் பொருள்கள். எங்கும் கண்ணாடிச் சுவர்களால் அலங்கரிக்கப்பட்டிருந்தன.

ஜிலேபியைப் போல் மஞ்சள் நிறத்தில் பெரிய பாசிகளால் கோக்கப்பட்ட அலங்கார லைட்டுகள் ஒளிர்ந்தன. ஓர் இடத்திலிருந்து மற்ற இடத்திற்குச் செல்ல இரயில் வசதியோடு அமைக்கப்பட்டிருந்தது.

அவ்வளவு பெரிய பரப்பளவைக்கொண்டது தோஹா விமான நிலையம்.

ஒவ்வொன்றாய்ப் பார்த்துக்கொண்டே நாங்கள் இரசித்தும் தற்படம் எடுத்தும் இணைந்தும் புகைப்படம் எடுத்துக்கொண்டோம். அந்த ஆடம்பரத்தை, அந்த மகிழ்ச்சியை, அந்த பிரமிப்பை எங்கள் கண்களுக்குள்ளும் இதயத்திற்குள்ளும் பூட்டி வைத்துக் கொண்டோம்.

எல்லோருக்கும் காபி குடிக்கவேண்டும் என்ற எண்ணம் தோன்றியது. காபியின் விலை தினாரிலும் அமெரிக்க டாலரிலும் குறிப்பிட்டு இருந்தது. அது இந்திய மதிப்போடு ஒப்பிடுகையில் ஒரு காப்பியின் விலை 2500 ஆக இருந்தது. அப்பாடா இவ்வளவு விலையாயென்று எனக்குள் தோன்றியது.

அவர்கள் அடிக்கடிச் சென்று வந்ததன் காரணமாக, நீங்கள் இந்திய மதிப்போடு தொடர்புகொண்டால் எதுவுமே சாப்பிட முடியாது என்று சொன்னார்கள்.

அவர்கள் காபி வாங்கினார்கள். என்னுடைய கணவருக்குக் காபி பிடிக்காது என்பதால் நான் ஒரு டீ வாங்கினேன். நாங்கள் பகிர்ந்துகொண்டோம். அந்த விலையை என்னால் ஜீரணிக்கவே முடியவில்லை.

விதவிதமான உணவுகள் மெக்சிகன், இத்தாலி, அமெரிக்கா உணவுகள் கண்ணாடிப்பெட்டிக்குள் அலங்கரிக்கப்பட்டிருந்தன. இடையில் மெட்ராஸ் தோசைக் கடையையும் பார்த்தோம்.

பலவிதமான உணவுகள் பெயர்களோடும் விலைப் பட்டியல் களோடும் ஆங்காங்கே இருந்தன. கண்ணைக் கவரும் பல கேக் கடைகளும் பார்க்க பிரமாண்டமாய் இருந்தன. அவற்றின் அலங் காரங்கள் நம் நாவை எச்சில் ஊற வைத்தன. ஆனால் விலையோ எட்டிக் காயாய்க் கசந்தது.

விமான நிலையத்தின் நான்கு திசைகளையும் நான்கு திசைகளில் உள்ள கடைகளையும் காட்சிப் பொருள்களையும், மிட்டாய்க் கடையைப் பார்ப்பவனைப் போல் பார்த்து, சுவைத்து இரசித்து, மகிழ்ந்துகொண்டிருந்தோம்.

4. அழகிய அட்லாண்டாவும் விமானமும்

அலைந்து திரிபவர்கள் அனைவரும் தொலைந்து போவதில்லை.

- ஜே.ஆர்.ஆர்.டோல்ஜீன்

அட்லாண்டா பயணம் :

எங்களுக்கான விமானப்பயணநேரம் வரத்தொடங்கியதும் பரிசோதனைக்குச் சென்றோம். ஒரு ட்ரேவை எடுத்துக்கொண்டு அதில் எங்களுடைய கைப்பையில் உள்ள எலக்ட்ரானிக் பொருள்கள், செல்போன், பெல்ட் ,கூலர்ஸ், பர்ஸ்,கைப்பை, ஷூ, தண்ணீர் பாட்டில் எல்லாவற்றையும் வைத்துப் பரிசோதனைக்கு அனுப்பினோம்.

பிறகு தனிமனிதனாகக் கைகளை உயர்த்தியும், நீட்டியும் பரிசோதனை செய்யப்பட்டது. தண்ணீர் பாட்டில் அனுமதி கிடையாது. விமானத்திற்குள்தான் தண்ணீர் வாங்கிக்கொள்ள வேண்டும். மாத்திரை அருந்த 100ml எடுத்துச் செல்லலாம். இல்லையென்றால் தண்ணீர் வரும் குழாயில் பிடித்துக்கொள்ளலாம்.

இது தெரியாமல் தண்ணீர்க்குடுவை முழுவதும் தண்ணீர் பிடித்து வைத்திருந்தேன். அவர்கள் தண்ணீர்க் குடுவையை எடுத்துக் குப்பைத் தொட்டியில் போட்டுவிட்டார்கள். இதில் என்ன சிரமம் என்றால் காதுவலி மாத்திரையைப் போட மறந்துவிட்டேன். விமானம் ஏறும்போது மிதமான வலிதான் வரும். ஆனால் விமானம் இறங்கும்போது என்னால் தாங்கிக்கொள்ள முடியாத வலி வந்துவிடும். இன்று என்னவோ விமானம் ஏறும்போதே வலி வந்துவிட்டது.

காது வலியிலும் கிளுகிளுப்பு :

விமானப் பணிப் பெண்ணிடம் தண்ணீர் கேட்டு மாத்திரையைப் போட்டுக்கொண்டேன். காற்றைச் சமன் செய்யத் தெரியாமல் என்னுடைய செவிப்பறை துடித்துக்கொண்டிருந்தது.

இந்தக் காது வலியிலும் எனக்குள் இருக்கும் கவிஞனின் கிளுகிளுப்பை நினைத்தால் கொடுமையாக இருந்தது. அந்த நேரத்திலும் ஒரு கவிதை எழுதினேன்.

வலி :

வலியோடு பிறந்து, வளர்ந்து, வாழ்ந்து

மறைந்து போகும் வாழ்க்கையில்

கடைசியில்

வலிதான்

வரலாற்றுச்சாதனை

படைக்கிறது

அச்சத்தைப் பிறப்பிக்கிறது

தயக்கத்தைத் தருவிக்கிறது

மயக்கத்தைச் செலுத்துகிறது

முற்றுப்புள்ளி வைக்கிறது

விட்டு விலகி ஓட முயற்சிக்கிறது

உளற வைக்கிறது

மௌனத்தைத் தருகிறது

ஞானமார்க்கத்திற்கு அழைத்துச் செல்கிறது

மூடப்பழக்கத்திற்குள் மண்டியிட வைக்கிறது

அலட்சியத்தைத் தருகிறது

கைகட்ட வைக்கிறது

எதிர்த்துப் பேச ஆணையிடுகிறது

துணிந்து வாழக் கற்றுத்தருகிறது

சாதனை படைக்கத் தூண்டுகோலாய் இருக்கிறது

முரட்டுத்தனத்தை உருவாக்குகிறது

நிம்மதியற்ற தன்மையைத் தருகிறது

கொடூரத்தைப் பிறப்பிக்கிறது

சூதை நிலைகொள்ளச் செய்கிறது
கோழைத்தனத்தைப் பிரசவிக்கிறது
ஒத்திகை செய்ய விழைவிக்கிறது
விடாமுயற்சியைத் தருகிறது
பாயத் துடிக்கிறது
பதுங்கச் செய்கிறது
உறைந்தநிலை தருகிறது
உயர்வுநிலை பெற முயற்சிக்கிறது
அத்தனையும்
இந்த உருவமில்லா வலியின் லீலைகள்
வலிதான் வழி நடத்துகிறது
வலிதான் காரணியாய்
பூரணியாய் நம்மை நிர்வகிக்கிறது
மாய இருளை
வேய்ந்தபடி திரியும்
இந்த வலி
சாத்தானைப் போலவும்,
சில நேரங்களில்
கடவுளைப் போலவும்
நம்மிலிருந்து
நம்மைப் பிரித்தெடுக்கும்
அரிய கலையை
நிகழ்த்திக் கொண்டேயிருக்கிறது
அரூபமற்ற அதன் போக்கு
நமக்குள்ளும் அரூபத்தை நிகழ்த்திவிட்டே கலைகிறது
இயற்கையின் மூலமாகவோ
செயற்கையின் வழியாகவோ
யாரின் மூலமாகவோ
நம்மின் மூலமாகவோ
நிகழ்ந்து கொண்டும்
நிகழ்த்திக்கொண்டும் இருக்கிறது
ஒரு வலிதான்

துடிக்கத் துடிக்கப்
பிரபஞ்சத்தைஇயக்கிக் கொண்டேயிருக்கிறது
அதன் திருகை வாயிலிருந்து
எங்ஙனம் தப்புவோம்!
நீயும், நானும்.
கலங்காதே என்பதைத்தவிர
வேறொன்றுமில்லை.

ஏ.ஐ தொழில் நுட்பம் தரும் செய்தி:

அட்லாண்டாவைச் சென்றடைவதற்கு முன் அட்லாண்டாவைப் பற்றித் தெரிந்துகொள்ள வேண்டும் என்று ஏ.ஐ தொழில்நுட்ப உதவியை ஏற்கெனவே நாடி இருந்தேன். அது பல்வேறு செய்திகளைத் தந்திருந்தது. அந்தச் செய்தியை இப்போது வாசிப்பது சுவாரசியமாக இருந்தது.

அமெரிக்காவின் தென்கிழக்குப் பகுதியில் ஜார்ஜியா மாநிலத்தில் வடமேற்குப் பகுதியின் தலைநகரமாய் அமைந்திருக்கிறது. ஃபுல்டன் மாவட்டத்தின் தலைநகரமாகவும் டி.கேப் மாவட்டத்தின் ஒரு சிறு பகுதியும் அப்பலேசியா மலைத்தொடரின் பீடபூமி பகுதியில் அட்லாண்டா அழகாய் அமைந்திருக்கிறது.

மக்கள் தொகைக் கணக்குப்படி ஒன்பதாவது மிகப்பெரிய நகரம். அட்லாண்டா இன்று இருக்கும் இடத்தில் ஐரோப்பியர்கள் குடியிருப்பதற்கு முன் கிறீக் மற்றும் செரோக்கீ மக்கள் வாழ்ந்தனர்.

அந்தப் பழங்குடி மக்களை வலுக்கட்டாயமாக விரட்டிவிட்டு அந்த இடத்தில் ஒரு தொடர்வண்டிப் பாதையை அமைத்தனர். அதைக் கண்ணீர்ப் பாதை என்று அழைக்கின்றார்கள். என்று எல்லாம் குறிப்பிட்டிருந்தது. அதை வாசித்த உடன் எப்போதும் போல் எனக்குள் ஓர் அறச்சீற்றம் எழுந்தது

எப்போதும் வலுத்தவன்தான் அதிகாரம் செய்யக் கூடியவனாகவும், வலிமையற்றவன் இல்லை அன்பு உற்றவன் ஓர் ஏமாளியைப் போல் தன் சொந்த நாட்டையே இழக்கும் அபாயத்தை இந்த அதிகார வர்க்கம் எப்பொழுதுமே தன் ஆதிக்கத்தைச் செலுத்திய வண்ணமே இருக்கிறது. இந்த ஏற்றத்தாழ்வு உடைய மனப்பக்குவம் சாத்தானுக்கு ஒப்பானது. இந்தத் தன்மையைக் கைவிட்டால்தான் அமைதி பிறக்கும். இஸ்ரேல் பாலஸ்தீனியம் அமெரிக்க ஈரான், ஈராக் போன்ற பல்வேறு உலக நாடுகள் போர்க்கொடியைத் தூக்கிக் கொண்டு இருப்பது இந்த மனிதமற்ற தனக்குள் இருக்கும் அதிகார ஆதிக்க மனநிலைதான். ஒரு மனிதமற்ற செயலை ஆண்டாண்டு காலமாய் நிகழ்த்திக்கொண்டே இருக்கிறது. இந்த மண் குருதி நிறைந்ததாய் மாறிக்கொண்டே இருக்கிறது. என்று பிறக்கும் ஒரு விடியல் என்றே கருணையுற்ற மனம் ஏங்குகிறது. இப்படியெல்லாம் என் மனம் கூப்பாடு இட்டது.

அட்லாண்டாவைப் பொறுத்தவரை ஜூலை மாதம் மிக வெப்பமாகவும் ஜனவரி மாதம் மிகக் குளிராகவும் இருக்கிறது. பெரும்பான்மையான பிராடெஸ்டன்ட கிறிஸ்தவர்கள் அதிகமாக உள்ளனர். கத்தோலிக்கச் சபை இருக்கின்றது. கிறிஸ்தவர்களைத் தவிர யூதர்கள் இஸ்லாமியர்கள் மசூதிகள் இருக்கின்றன. டவுன்டவுன், மிட் டவுன், பக்கெட் போன்ற பிரதான பகுதிகள் இங்கே உள்ளன.என்பதையும் வாசித்து அறிந்துகொண்டேன்.

மலர் கொத்தும் மகனும்:

14 மணி நேரம் விமானப் பயணத்திற்குப் பிறகு அட்லாண்டாவை அடைந்தோம். மீண்டும் பரிசோதனை நடைபெற்றது. எங்களுடைய பாஸ்போர்ட்டை வாங்கிப் பார்த்தனர். கேள்விகள் கேட்கப்பட்டன. எங்கே தங்கப் போகிறீர்கள்? எதற்காகச் செல்கிறீர்கள்? மீண்டும் அதற்கான பதிலைத் தந்தோம்.

பாஸ்போர்ட் திருப்பித் தரப்பட்டது. எங்களுக்கான பெட்டிகள் எந்தக் கடத்துப் பட்டையில் (பெல்ட்) வருகிறது என்று திரையில் பார்த்த பிறகு விரைந்தோம். சிறிது நேரத்தில் சுற்றிக்கொண்டே வந்த மற்றப் பெட்டிகளோடு எங்களுக்கான பெட்டிகளும் வர ஆரம்பித்தன. பெட்டிகளை எடுத்துக்கொண்டு நாங்களும் கீதா மற்றும் நாகராஜன் குடும்பமும் காத்துக்கொண்டிருந்தோம்.

எங்களுடைய மகன்கள் பூங்கொத்தோடு வரவேற்றபோது இனம் புரியாத மகிழ்ச்சியில் எல்லோருக்குள்ளும் கண்ணீர் துளிர்த்தது. அவர்கள் பையன் மகிழ்வுந்தில் அவர்களும் என்னுடைய பையன் மகிழ்வுந்தில் நாங்களும் ஏறிக்கொண்டோம். சீட் பெல்ட்டை போட்டுக்கொள்ளுங்கள் என்றான், என் மகன் ரிதன் ஆதித். "இங்க எப்படி ஓட்டுநர் உரிமம் எடுத்தாய் ? என்று கேட்டவுடன்.

"இங்கே போக்குவரத்துத் தேர்வு எழுத வேண்டும் அம்மா. ஓட்டிக் காண்பித்துச் சரியான இடத்தில் நிறுத்த வேண்டும். அதன் பிறகுதான் நமக்கு ஓட்டுநர் உரிமம் தரப்படும்" என்றான்.

"நான் படித்துக்கொண்டிருக்கும் போதே உரிமம் எடுத்துவிட்டேன். அட்லாண்டாவைப் பொறுத்தவரையில் பொதுமக்களுக்கான போக்குவரத்து வசதி அவ்வளவாகக் கிடையாது. மகிழ்வுந்து வசதிதான் உள்ளது .ஓட்டுநர் வைத்துக்கொண்டால் அதற்குச்செலவு அதிகமாக ஏற்படும். நாம் வாடகைக்கு எடுத்துக் கொண்டால் அதற்கான பணக்கட்டணம் குறையும்" என்றான்.

அட்லாண்டாவின் சாலை விதிகள் :

அகலமான சாலை மிகவும் சுத்தமாக நேர்த்தியாக இருந்தது. ஒருவரை ஒருவர் முந்திக்கொண்டோ குறுக்கு வழியாகச் செல்வதோ எதுவும் கிடையாது. ஒரு மகிழ்வுந்து பின் மற்றொரு மகிழ்வுந்து வந்து கொண்டு இருந்தது.

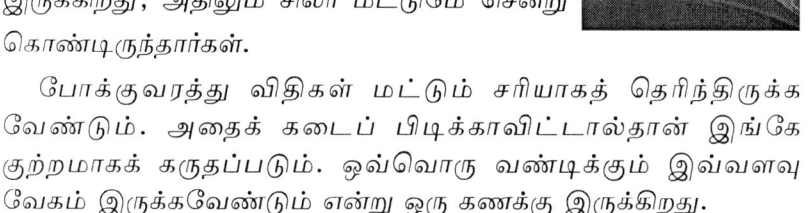

அவரவர்களுடைய வழித்தடத்தில் சரியாகப் பயணம் செய்துகொண்டிருந்தனர். இங்கே இரண்டு சக்கர வாகனங்கள் என்பதே கிடையாது. அதற்குப் பதில் மோட்டார் சைக்கிள் இருக்கிறது; அதிலும் சிலர் மட்டுமே சென்று கொண்டிருந்தார்கள்.

போக்குவரத்து விதிகள் மட்டும் சரியாகத் தெரிந்திருக்க வேண்டும். அதைக் கடைப் பிடிக்காவிட்டால்தான் இங்கே குற்றமாகக் கருதப்படும். ஒவ்வொரு வண்டிக்கும் இவ்வளவு வேகம் இருக்கவேண்டும் என்று ஒரு கணக்கு இருக்கிறது.

அந்த வேகத்திற்கு உட்பட்டு நாம் செல்ல வேண்டும். மிகுதியாகவோ, குறைவாகவோ ஓட்டக்கூடாது. அப்படிச் செய்தால் இங்கே அபராதம் விதிக்கப்படும்.

சாலையைக் கடக்கும் மனிதர்கள் வந்தாலும், வராவிட்டாலும் அவர்களுக்கான சமிக்ஞை மறையும்வரை நின்றுதான் செல்ல வேண்டும் என என் மகன் மூச்சுவிடாமல் சொல்லி முடித்தான்.

எல்லாம் சென்சார் மயம் :

வண்டி நீண்ட நெடிய அடுக்கு மாடிக் குடியிருப்பிற்கு முன் நின்றது. காவலாளி வந்து கதவைத் திறப்பார் என்று நினைத்துக் கொண்டிருந்தபோதே ரிமோட் கொண்டு அழுத்தினான். கதவு திறந்தது. சுழன்று சுழன்று நான்காவது மாடிக்கு மகிழ்வுந்து சென்று அவர்களுடைய நிறுத்தத்தில் நிறுத்தப்பட்டது.

பெட்டிகளை எடுத்துக்கொண்டு இன்னொரு கதவின் முன் போய் நின்றோம். அங்கே வீட்டுச் சாவியை அழுத்தியதும் சென்சார் இயங்கியதும் கதவு திறக்கப்பட்டது.

“என்னடா ரிதன் அவ்வளவு சீக்கிரமாக வீட்டுக்குள்ள யாரும் போகமுடியாது போல, காவலாளியும் தேவையில்லை, நல்ல டெக்னாலஜி டா. ஐ லைக் இட். எல்லாம் சென்சார் மயம்.

நீண்ட நெடிய வராண்டாவிற்குள் உள்ளே நுழைந்தோம். விடுதி அறையைப் போல் ஒவ்வொரு கதவும் மூடப்பட்டிருந்தது.

மரத்தால் ஆன வீடுகள் :

நான் சுவரை மெதுவாகத் தடவிப் பார்த்துத் தட்டியும் பார்த்தேன். வேகமாகக் கதவைத் திறந்து ஒரு பெண்மணி எட்டிப் பார்த்தார். மீண்டும் கதவைச் சாத்திக்கொண்டார். “அம்மா... இங்கே எல்லாம் சிமெண்ட் செங்கல்லால் கட்டப்பட்ட கட்டடம் கிடையாது.

மரப்பலகையால் கட்டப்பட்ட கட்டடம். நீ தட்டினால் அவர்கள் அறையைத் தட்டுவது போலக் கேட்கும். இங்குச் சத்தம் போட்டுப் பேசக்கூடாது. யார் சுவரையும் யாரும் தட்டக்கூடாது. அதெல்லாம் அவர்களைத் தொந்தரவு செய்வதாய் உணருவார்கள். புகார் செய்திடுவார்கள். உன்னுடைய கிறுக்குத்தனத்தை இங்குச் செய்துவிடாதே தயவுசெய்து” என்று என் மகன் கெஞ்சினான்.

என்னடா கொடுமை! மரப்பலகையா என்ற ஓர் அதிசயம் என்னை விட்டு அகலவேயில்லை. ஒரு வழியாய் வீட்டைத் திறந்து உள்ளே போனோம். சமையலறையோடு சேர்ந்து இருந்தது. இருவருக்குத் தனித்தனியான படுக்கையறை, கழிப்பறை வசதி, வரவேற்பறை, துணி துவைக்கும் எந்திரம், பாத்திரம் துலக்கும் எந்திரம், பிரிட்ஜ் மற்றும் தேவையான பாத்திரங்கள் எல்லாம் அழகாக அமைக்கப்பட்டிருந்தன.

ஒவ்வொன்றையும் எப்படிப் பயன்படுத்த வேண்டும் என்று அழகாக இருவரும் எடுத்துச் சொன்னார்கள். நாங்கள் கேட்டுக்கொண்டோம்.

'ஒரு மணி நேரம் ஓய்வு எடுங்கள் அம்மா. உங்களை வெளியில் அழைத்துச் செல்கிறோம் என்று கூறிவிட்டு இருவரும் வெளியில் சென்றனர். சிறிது நேரம் ஓய்வுக்குப் பின் குளிக்கச் சென்றேன்.

குளியலறையும் அவதியும் :

ஏற்கெனவே கழிவறை பேப்பர்ரோலில்தான் பயன்படுத்த வேண்டும் என்பது தெரிந்திருந்த காரணத்தால் ஒன்றும் பிரச்சனையில்லை. ஆனால் குளிக்கும் தொட்டியில் குளிக்கும் போது திரைச்சீலையை உள்ளெடுத்துப் போட வேண்டும் என்று தெரியாமல் தண்ணீர் தெறித்து வெளியில் வந்துவிட்டது.

ஏற்கெனவே என் மகன் எக்காரணம் கொண்டும் தண்ணீர் வெளியில் சிந்தக் கூடாது. எல்லாம் மரப்பலகை. தண்ணீர் போவதற் கான வழியே கிடையாது என்று சொல்லிவிட்டுப் போயிருந்தான்.

எனக்கு அச்சம் ஏற்பட்டுவிட்டது. உடனே சுற்றும், முற்றும் பார்த்தேன் ஏதாவது துணி இருக்குமா? ஒரு துணியும் இல்லை. துடைக்கக் கொண்டு வந்த துண்டைத் தரை முழுவதும் துடைத்து எடுத்துச் சலவை இயந்திரத்தில் போட்டேன். கனடாவில் குளியலறைக் கதவுகளில் தாழ்ப்பாள் கிடையாது என்பதைத் தோழிகள் சொல்லிக் கேள்விப்பட்டு உள்ளேன். அந்த நினைவும் சி சு செல்லப்பா அவர்களின் சுதந்திர தாகம் என்ற நூலின் நினைவுகளும் வந்து சேர்ந்தன.

முன்னெச்சரிக்கையோடு கணவருக்கும் நடந்த விஷயத்தைச் சொல்லிவிட்டேன். மகன் வந்தவுடன் விஷயத்தைச் சொன்னவுடன், அவன் கலகலவென்று சிரித்துவிட்டு நாங்களும் வந்த புதிதில் இப்படித்தான் என்ன செய்வதென்றே தெரியாமல் விழித்தோம் என்று சொல்லிச் சிரித்தான். வாங்க வாங்க வெளியில் போவோம். என்றான்

மாலை வந்தும் மறையாத சூரியன் :

"இங்கே 8:30மணிக்குக் கடைகள் எல்லாம் சாத்திடுவாங்க. ஒன்பது மணிக்கு எந்தக் கடையுமே இருக்காது என்றான். வெளியில் வந்து பார்த்தால் சூரியன் பல்லிளித்துக்கொண்டிருந்தது. "என்னடா தம்பி ஒன்பது மணி ஆகப் போகுதுன்னு சொல்ற ஆனா வெளியில் பார்த்தா நாலு, மணி அஞ்சு மணி மாதிரிதான் இருக்கு. "அப்படித்தான் அம்மா சூரியன் தாமதமாகத்தான் மறையும்.

நீண்ட நெடிய சாலையில் கார்கள் விரைந்து சென்று கொண்டிருந்தன. மெக்சிகன் கடைக்கு அழைத்துச் சென்றான். சில உணவுகளை அவனே ஆர்டர் செய்தான். வெல்வெட்டாக்கோ, டாப் டாக்கோஸ், சிக்கன் டிக்கா டாக்கோஸ், பன்னீர் வருவல், இறால் டாக்கோஸ். காத்துக்கொண்டு வெளியில் அமர்ந்திருந்தோம்.

அந்த ஓட்டலுக்குள்ளும் வெளிப்புறமும் அமரலாம். அந்த ஓட்டலை நோக்கி ஆணும், பெண்ணும் கலந்து பெரும் சிரிப்புச் சத்தத்தோடு வந்துகொண்டிருந்தார்கள். கொஞ்சம் வியப்பாகவும் கொஞ்சம் பயமாகவும் இருந்தது.

எல்லாக் கடைகளிலும் பார் வசதியும் உண்டு. ஏற்கெனவே பையன் அறிவுறுத்தி இருந்தான். யாரையும் உற்றுப் பார்க்கக் கூடாது. இங்கே உடைகள் அரைகுறையாகத்தான் பெண்கள் உடுத்துவார்கள். ஆண் பெண் சகஜமாகத்தான் பழகிக் கொள்வார்கள். நடுரோட்டில் முத்தம் கொடுப்பார்கள். எதையும் நீ கண்டுகொள்ளக் கூடாது. உன் வேலை என்னவோ அதை மட்டும் பார்க்க வேண்டும் என்று சொல்லி இருந்தான்.

ஆடிய கால் நிற்குமா என்ன? நம்ம கண் சும்மாவா இருக்கும்! என் ஓரக் கண்ணால் அதை எல்லாம் பார்த்தும் பார்க்காததைப் போல் இருந்தேன். உணவை வாங்கிக்கொண்டு எங்கள் மேசைக்கு வந்து உட்கார்ந்தான் மகன்.

என் கண்களைப் பார்த்துவிட்டான். அம்மா ஆரம்பித்து விட்டாயா என்றான். சிரித்துவிட்டேன். மிகுந்த பசியோடு இருந்ததன் காரணமாகச் சுவையாக இருந்தது போல் இருந்தது. அதனால் வேகமாகச் சாப்பிட்டேன்.

விலையைக் கணக்கிடும் இந்திய அம்மா :

விலை என்ன என்று கேட்டவுடன் அவன் சொல்லத் தயங்கினான். நான் என்ன செய்வேன் என்று அவனுக்குத் தெரியும். நமக்குத்தான் கணவர் என்று ஒருவர் இருக்கிறாரே அவர் சொல்லிவிட்டார்.

தொண்டைக் குழிக்குள் இதற்கு மேல் அந்த டாக்கோஸ் செல்லவில்லை. என் மகன் எவ்வளவோ சொல்லிப் பார்த்தான். இங்கு இந்திய மதிப்பில் நீ பார்த்தால் ஒன்று கூட நீ சாப்பிட

செ.புனிதஜோதி

முடியாது. இரவில் உனக்குப் பசிக்கும் என்றான் இருந்தாலும் வேண்டாம் என்று விட்டேன்.

டாக்கோஸ் என்பது வேறு ஒன்றும் இல்லை. ஒரு சப்பாத்திக்குள் முட்டைகோஸ், கேரட், வெங்காயம், சிக்கன் டிக்கா, சில சாஸ்கள் இட்டுச் சுருட்டித் தருகிறார்கள். அறைக்குத் திரும்பினோம். காலையில் வந்துவிடுவேன். பொட்டானிக்கல் கார்டன் போக வேண்டும். நீங்கள் தயாராக இருங்கள் என்றான்.

ஃபிரிட்ஜுக்குள் உங்களுக்குத் தேவையான பால், முட்டை, பழங்கள், பிரட் இருக்கிறது என்று குறிப்பிட்டுவிட்டு அவர்கள் இருவரும் அவர்களுடைய ஹாஸ்டலுக்குச் சென்றனர்.

அட்லாண்டாவும் அதன் சுற்றுப்புறமும்

பயணிகள் தான் பார்ப்பதை பார்க்கிறார் சுற்றுலாப் பயணி தான் பார்க்க வந்ததைப் பார்க்கிறார்.

- ஜிகே செஸ்டர்டன்

அட்லாண்டா டவுன் டவுன் (down town) :

கீதா நாகராஜ் அவர்கள் தினந்தோறும் நடைப்பயிற்சி செல்வதன் காரணமாக இங்கேயும் செல்வோமா என்று கேட்டார்கள். சரி என்று நாங்கள் நான்கு பேரும் புறப்பட்டோம். இலைகள்கூட இவர்கள் சொன்னால்தான் உதிருமோ என்னமோ அவ்வளவு சுத்தமாக இருந்தன சாலைகள்.

மெதுவாக வாகனங்கள் இயங்கிக்கொண்டிருந்தன. சிலர் மோட்டார் சைக்கிளில் சென்றுகொண்டிருந்தனர். நாயைப்

பிடித்தபடி ஒரு கையில் பாலிதின் பை எடுத்துக்கொண்டு நடந்து கொண்டிருந்தார்கள். எதற்காக இவர்கள் எடுத்துச் செல்கிறார்கள் என்று ஆச்சரியத்தோடு பார்த்தேன்.

சற்று நேரத்தில் அதற்கான பதிலும் விளங்கிவிட்டது. நாய் இருந்த கக்காவை உடனே எடுத்துக் குப்பைத்தொட்டியில் போட்டு விடுகிறார்கள். என்னதான் நாட்டில் சட்ட திட்டங்கள் போட்டாலும் அதை மதிக்க வேண்டும் என்ற ஒரு சுய உணர்வு இருந்தால் மட்டும் தான் அந்த நாடு, அந்த தேசமானது சுத்தமாக இருக்கும் என்று எனக்குள்ளே சொல்லிக்கொண்டேன்.

நாங்கள் நடந்துசென்று கொண்டிருந்தோம். நீண்டு உயர்ந்த கட்டடத்திற்கு முன் பச்சை நிறத் தாவரங்கள் பலவிதமான பெயர் தெரியாத மலர்களும் பூத்துக் குலுங்கிக்கொண்டிருந்தன. நாங்கள் எல்லோரும் செல்பி பிள்ளைகள் என்பதால் அவரவர்கள் புகைப்படம் எடுத்துக்கொண்டோம்.

எட்டிப் பார்கிறார் காரல் மார்க்ஸ்:

ஒருவர் வேகமாகக் கத்தியபடியே ஓடி வந்துகொண்டிருந்தார். என் கையை கீதா வேகமாகப் பற்றிக்கொண்டு 'தலையைக் குனிந்து கொள்ளுங்கள். அந்தப் பக்கம் பார்க்காதீர்கள்' என்றார். 'நம்ம ஊர்ல எப்படிக் குடிகாரங்களோ அது மாதிரிதான் இங்குக் கொக்கைன் போட்டுட்டு சுத்திட்டு இருப்பாங்க'.

'இவங்க கண்ணுல மட்டும் பட்டுவிடக் கூடாது. அவங்கள அவமானம் பண்றோம்னு நினைச்சுக்கிட்டு நம்ம கூட சண்டை இழுக்க வருவாங்க'.

"நம்ம ஊர்ல வந்து இவர்கள் எல்லாம் நல்லா இருக்காங்க நம்ம இப்படி இருக்கோம்னு அவனுக்குக் கோவமோ என்னமோ. சில நேரத்துல துப்பாக்கிச் சூடும் இந்த டவுன் டவுனில் நடந்திருக்கிறது.

இந்த மாதிரி ஆளுங்க இங்கு இருப்பாங்க. மிட் டவுன் *(Midtown)* கொஞ்சம் இருப்பாங்க. அப் டவுன் *(Up town)* கிடையாது". என்று சொல்லி முடித்தார். எனக்குள் கொஞ்சம் அச்சமாக இருந்தது.

பசி இல்லாத மனிதர்களும் ஏற்றத்தாழ்வு இல்லாத வாழ்வும் எங்கும் கிடைக்காதா? எல்லோரும் ஒரே மனிதர்கள் என்ற உணர்வும், செல்வாக்கும், வசதியும், சமத்துவமாக எல்லோருக்கும் கிடைக்காதா எனக்கு எங்கிருந்தோ காரல் மார்க்ஸ் சிந்தனைகள் உதித்துக்கொண்டே இருந்தன. நடைப் பயிற்சியை முடித்துவிட்டு வீட்டிற்கு வந்தோம்.

நல்லவேளை கீதா டீத்தூளும், காஃபித் தூளும் கொண்டு வந்திருந்தார்கள். பிரிட்ஜில் இருந்து பாலை எடுத்துச் சுட வைத்தேன். திடீரெனக் கீ... கீ என்று சத்தம் கேட்டது. வேகமாக வந்த கீதா ஒரு சுவிட்சை ஆன் செய்தார்.

"புகை எழும்பினால் இங்கே சத்தம் வரும்.

அடுப்பில் வேலை செய்யும் போது குறைந்த அளவு தீயில்தான் வேலை செய்ய வேண்டும். அப்படிப் புகை வரும்படி செய்தால் இந்த அலாரம் அடிக்கும். அதையும் மீறிச் செய்தால் வீட்டிற்குப் போலீஸ் தேடி வந்துவிடும்" என்று எச்சரித்தார்.

"என்னடா வாழ்க்கை; சுதந்திரமா அடுப்பங்கரையில் சமையல் செய்ய முடியல, வீட்டுக்குள்ளேயும் சுதந்திரமாப் பேச முடியல, வெளியிலயும் சுதந்திரமாப் போயிட்டு வர முடியல, என்னடா இந்த அயல் நாட்டுப் பொழப்பு" என்று சொன்னேன்.

"உண்மைதான் என்ன செய்ய? பிள்ளைகள் இதைத்தானே விரும்புகிறார்கள்" நாகராஜன் சார் பகிர்ந்தார்.

பிரட் ஆம்லெட் போட்டுச் சாப்பிட்டுவிட்டு எல்லோரும் பொட்டானிக்கல் கார்டனுக்குப் புறப்பட்டோம். நாங்கள் இருக்கும் டவுன் டவுனிலிருந்து மிட் டவுனை நோக்கிக் கார் விரைந்தது.

பொட்டானிக்கல் கார்டன்:

அட்லாண்டாவில் அமைந்துள்ள 30 ஏக்கர் தாவரவியல் பூங்கா. எங்களை அன்புடன் வரவேற்றது. டிக்கெட் எடுத்துக்கொண்டோம். 1976 இல் டாக்டர் ஏ. லெஸ்லிஸ்டீபன் நிர்மாணிக்கப்பட்டது. அவரின் நினைவில் அவர் பெயரால் லெஸ்லி ஸ்டீபன்ஸ் மெமோரியல் போயஸ் கார்டன் இணைக்கப்பட்டது. இதனுடைய அமைப்பு ஜப்பானியத் தோட்டக்கலை நுட்பத்தைப் போன்றது.

சில்ட்ரன்ஸ் கார்டன் புகுடா கன்சர்வேட்டரி ஆர்கிட் மையம் போன்றவை அமைக்கப்பட்டிருந்தன.

சிறிது தூரம் நடந்த பிறகு அற்புதமான வடிவத்தில் பூக்களால் அலங்கரித்த சிற்பத்தின் கையில் புத்தகம், வயலின், சீட்டுக்கட்டு. எட்டுக் கைகளிலும் ஒவ்வொரு விதமான பொருள்களோடு அலங்கரிக்கப்பட்டிருந்தது. நம்ம ஊர் துர்க்கையை நினைத்துக் கொண்டேன்.

அந்தக் கலை நுட்பங்களைக் கண்டு உள்ளம் சிலிர்த்துப் போனது. அதன் பிறகு கண்ணாடிகளால் கட்டப்பட்ட ஓர் அறைக்குள் சென்றோம்.

விதவிதமான செடிகள் நம் அறிவியல் புத்தகத்தில் படித்த பல்வேறு விதமான செடிகள். அதனுடைய அறிவியல் பெயரோடு காட்சிக்கு வைக்கப்பட்டிருந்தன.

வித்தியாசமான விதவிதமான பெயர் தெரியாத மலர்கள் அதனுடைய பொட்டானிக்கல் பெயரோடு காட்சிப்படுத்தப் பட்டிருந்தன. பாலையில் வளரக்கூடிய பல்வேறு விதமான

செடிகள், பூச்சிகளை உண்ணும் செடிகள், அரிய வகையான தாவரங்கள், மலர்கள். பார்ப்பதற்கு மிகவும் அழகாகவும் நேர்த்தியாகவும் சுத்தமாகவும் பராமரிக்கபட்டிருந்தன.

இடைஇடையே நீரூற்றுகள், 15 அடுக்கு உயரமான கடின மரக் காடுகளின் வழியாக ஒரு விதான நடைமேடை, வெப்பமண்டலத் தாவரங்கள் கொண்ட கன்சர்வேட்டரி ஆகியவையும் தோட்டம் முழுவதும் கலை நிறுவல்கள் கண்ணையும் கருத்தையும் கவரும்படி இருந்தன. எனக்கு மிகவும் பிடித்தது செஸ் போர்டில் உள்ள யானை, குதிரை, படைவீரர்கள் என அத்தனையும் அழகான மலர்ச் சிற்பங்களால் செதுக்கப்பட்டிருந்தன. மலை மல்லிகை, பூமிதேவியின் உடைய 25 அடி சிற்பம் மிகவும் நெகிழ வைத்தது. 40 அடி உயரமுள்ள மரங்கள் நிறைந்திருந்தன. ஒக்ஸ், நிக்கர், பாப்லர்ஸ் கிளைகளும் கண்ணைக் கவர்ந்தன.

எல்லா மலர்களோடும் செடிகளோடும் நிழற்படம் எடுத்து நிறைத்துக்கொண்டோம். வயிறு கவ்விப் பிடிக்க ஆரம்பித்தது. கூகுளில் இந்திய உணவு கிடைக்கும் உணவகத்தை தேடினோம். மெட்ராஸ் மந்த்ரா பபெட் (*Madras Mantra Buffet*) நோக்கி விரைந்தோம்.

தமிழ்நாட்டு உணவும், வட நாட்டு உணவும் அடுக்கி வைக்கப் பட்டிருந்தன. நமக்குத் தேவையானவற்றை எடுத்துக்கொண்டு வந்து சாப்பிட ஆரம்பித்தோம். என்னதான் சாப்பாடு, சாம்பார், ரசம், கூட்டு, பொரியல் வைத்திருந்தாலும் நம்மஊர் சுவை வரவில்லை. தண்ணீர் போல என்றார் என் கணவர். “இதாவது கிடைத்ததே”. “ஆமா உண்மைதான் அம்மா. முன்னாடி எல்லாம் இந்திய உணவும் கிடைக்காது. இந்தியப் பொருள்களும் கிடைக்காது. இந்தியர்களும் குறைவுதான். இப்ப அப்படியில்ல இந்தியர்கள் இல்லாத இடங்களில்லை. அமெரிக்காவே மாறிடுச்சு” என்றான் .

சுவாமி நாராயணன் கோயில் :

(BAPS Shri Swaminarayan mandir)

நீல வானத்திற்கு இடையே பிரம்மாண்டமான நீண்ட அகன்ற ஒரு பளிங்கு மாளிகையை, கோயிலைக் காண்பது பரவசத்தை

அளித்தது. கண்கள் அழகிய ஓவியத்திற்குள் தன்னை ஒப்புக் கொடுப்பதைப்போல் உணர்ந்தேன். ஆகா என்று என் மகனைக் கட்டித் தழுவிக்கொண்டேன்.

கண்ணிற்கும், மனத்திற்கும் இதம் சேர்ப்பதாக இருந்தது அந்தக் காட்சி. தன் தாய்க்கு என்னவெல்லாம் பிடிக்கும் எதுவெல்லாம் செய்தால் அவள் மகிழ்வாள் என்பதை உணர்ந்த வளர்ந்த குழந்தையாய் என் மகனைப் பார்த்தேன்.

அட்லாண்டாவில் உள்ள லின்பர்ன் புறநகர்ப் பகுதியில் பிரம்மாண்ட வடிவத்தில் 29 ஏக்கர் நிலத்தில் இந்துக் கட்டடக்கலை சிற்ப சாஸ்திரத்தின்படி இந்தக் கோயில் கட்டப்பட்டிருக்கிறது. துருக்கியச் சுண்ணாம்பு இத்தாலிப் பளிங்கு, இந்திய இளச் சிவப்பு மணல்கல், 34,000 தனித்தனி கல் தூண்கள் எனச் சிறப்பான முறையில் வடிவமைக்கப்பட்டுள்ளது. 2007 இல் இந்தக் கோயில் காங்கிரஸின் ஹென்றி ஜான்சன் ஜூனியர் லில் பர்னிமேயர் போன்றோரின் முன்னிலையில் BAP சன்ஸ்தாவால் திறக்கப்பட்டது.

அந்தப் பளிங்கு மாளிகைக்குள் சென்றோம். நுட்பமான கலைநுட்பத்தோடு செதுக்கப்பட்ட சிற்பங்களைக் கண்டு திகைத்து நின்றேன். சிவன், பார்வதி, இராமர், சீதை அனுமன் முதலான

பல தெய்வங்களும் வெண்மையே கூசும்படி பளிங்குக் கற்களால் அழகாக வடிவமைக்கப்பட்டிருந்தனர்.

ஒவ்வொரு வளைவுக்கும் ஒவ்வொரு விதமான நுட்பமான சிலைகள் செதுக்கப்பட்டிருந்தன. இவ்வளவு கூர்மையாகக் கல்லில் செதுக்க முடியுமா என்று வியக்கும் வண்ணம் தாமரை, பலவிதமான மலர்கள், இலைகள், பறவைகள், பல கடவுள்கள் அவ்வளவு நேர்த்தியுடன் செதுக்கப்பட்டிருந்தன.

ஆரத்தி காண்பிக்கப்பட்டது. அதன் பிறகு கீழே உள்ள ஒரு மாளிகைக்குள் சென்றோம்.

அது தங்க நிறத்தில் ஜொலித்தது. பாலகன் வடிவத்தில் சுவாமி நாராயணன் தங்க விக்கிரகத்தில் தாமரை மலர் மீது வீற்றிருந்தார். வருகை புரிந்த பக்தர்கள் அனைவருக்கும் பால் தரப்பட்டது.

அந்தச் சிலைக்கு அவரவர் கைகளால் அபிடேகம் செய்யும்படி கூறினார்கள். அவ்வாறு செய்தோம். மன நிறைவாய் இருந்தது. மனித ரூபத்தில் தெய்வ சக்தி பெற்ற ஒரு பாலகன். அவரின் வரலாற்றைப் புத்தக வடிவத்திலும் சிற்பத்திலும் ஓவியத்தின் மூலமாகவும் வரையப்பட்டும் சிற்பமாகச் செதுக்கியும் உள்ளார்கள் என்பது புரிந்தது.

200 ஆண்டுகளுக்கு முன்பு உத்திரபிரதேசத்தில் சகசநாத் சுவாமி பிறந்ததாகவும், அவர் பல்வேறு யாத்திரைகள், யோகக்கலைகள் பெற்றுச் சிறப்புமிக்கவராய் வலம் வந்தார் என்றும், பின்னர் குஜராத்தில் உள்ள சுவாமி குரு இராமானந்தர் தீட்சை பெற்றதாகவும், அவரே சுவாமி நாராயணனாக உருப்பெற்றதாகவும் அவருடைய சந்ததிகள் தொடர்ந்து இப்பணியைச் செய்துகொண்டு வருவதாகவும் அறிய முடிந்தது.

மதச்சார்பற்ற கொள்கையைக் கடைபிடிப்பவர் என்று வரலாற்று ஆசிரியர் டேவிட்ஹார்டிமனின் கூற்றாக இருந்தாலும் அது நம்பும் படியாக இல்லை. அதனுடைய ஆடம்பரத்தன்மையும் செல்வாக்கு மிக்க ஒரு போக்கும் அவை ஏற்கக்கூடிய தன்மையில் இல்லை. ஆனாலும் அதனுடைய கட்டடக்கலை நம்மைப் பரவச நிலைக்கு அழைத்துச் செல்கிறது.

அட்லாண்டிக் ஸ்டேஷன் :

விதவிதமான உணவுக் கடைகள், ஷாப்பிங் மால்கள் ஆடையகங்கள், சினிமா தியேட்டர்கள் கண்ணைக் கவரும் ஒளி வெள்ளத்தில் மிதந்தது அட்லாண்டிக் ஸ்டேஷன். கொஞ்ச நேரத்தில் மிரண்டே போனேன். சாலை எங்கும் பாப் மியூசிக் குரூப்ஸ் பாடல்களை இசைத்தபடி இருந்தனர். ஒரு பக்கம் குழந்தைகள் ஸ்கேட்டிங் செய்வதற்கு ஏதுவான இடம் இருந்தது. பல விலை உயர்ந்த மகிழ்வுந்து மற்றும் மோட்டர்பைக்கில் வலம் வந்துகொண்டிருந்தனர். அந்த இடமே குதூகலம் நிறைந்ததாய் உற்சாகம் தரக்கூடியதாய் இருந்தது.

மதுபானக்கடைகள், சிகை அலங்காரக்கடைகள் எல்லாவிதமான கடைகளும் சாக்லேட், ஐஸ்கிரீம் விதவிதமான உணவுப் பண்டங்கள் கிடைக்கும் தளமாய் இருந்தது. ஆண், பெண், குழந்தைகள் கூடி மகிழ்ந்து கொண்டாடிக் கொண்டிருந்தார்கள். ஒரு திருவிழாவைப் போலிருந்தது.

“என்னடா ரிதன், திருவிழாவா நடக்குது” என்று கேட்டேன்.

"அம்மா சனி, ஞாயிறு வார இறுதி விடுமுறை நாளில் இங்க திருவிழா மாதிரிதான் கொண்டாடுவாங்க. இங்கே ஒரு சேமிப்புப் பழக்கம் கிடையாது. சம்பாதிக்கிறதைச் செலவழிச்சிடுவாங்க. பள்ளி, மருத்துவம் இந்த ஊர் சிட்டிசனுக்கு சலுகைகள் உண்டு. கல்லூரிக்குத்தான் பணம் கட்டும்படியிருக்கும் என்று நினைக்கிறேன். மற்றபடி ஆண் பெண் ஒரு வயதுக்கு மீறிய இளைஞர்கள் எல்லோருமே இங்கே சம்பாதிப்பார்கள். எல்லோருமே செலவழிப்பார்கள். ஒரே ஜாலியாகத்தான் இருக்கும்.

"வாங்கமா இங்க ஐஸ்கிரீம் சூப்பரா இருக்கும் சாப்பிடலாம்" என்று அழைத்துக்கொண்டு சென்றான் என் மகன். நான்தான் ஒரு செல்பி பிள்ளை அல்லவா பல நிழற் படங்களை எடுக்க ஆரம்பித்தேன்.

திடீரென்று ஓர் அமெரிக்கர் என் பக்கத்தில் நின்று ஒரு புகைப் படத்திற்குப் போஸ் கொடுத்தார். கொஞ்சம் பயந்துவிட்டேன். நான் பயப்படுவதை என் மகன் கண்டுவிட்டான். கூல் பேபி என்று சொல்லிக்கொண்டே வந்து என்னை அழைத்துச் சென்றுவிட்டான். ஐஸ்கிரீம் சாப்பிட்டும் எனக்கு அந்தப் பதற்றம் விலகவேயில்லை.

இரவு நெருங்கிக்கொண்டிருப்பதை மணி காட்டிக்கொண்டே யிருந்தது. ஆனால் சூரியன் தன் முகத்தைத் திருப்பாமல் இருந்தான். அறைக்குச் செல்வோம் என்று புறப்பட்டோம். எங்களின் கார் விரைந்தது."

தம்பி பசிக்குதுடா என்றார் என்னுடைய கணவர்.

"அதற்குத்தான் டாடி போறோம். நம்ம அறைக்குப் போவதற்க்கு முன் தாய் ரெஸ்டாரன்ட் நல்லாயிருக்கும் போவோம் என்றான்.

தாய் உணவகம் :

மஞ்சள் ஒளி வெளிச்சத்தோடு வரவேற்றது. அங்கு இளம் பெண்கள் நேர்த்தியாக அழகாக இருந்தார்கள். வளர்ந்த

நகத்தில் நெய்ல் குயிலிங் செய்திருப்பது அழகாக இருந்தது.

அதனை நோட்டமிட்டபடியே நாற் காலியில் அமர்ந்தோம். லெமன் சிக்கன், கிரீன் சிக்கன், கறி தாய்ப்பேடு ஆர்டர் செய்தான். சிக்கன் எல்லாம் நன்றாக இருந்தது. ஆனால் சோறு வேகவே இல்லை. முக்கால் வேக்காடாக இருந்தது அது சாப்பிட்டுப் பழகி இருந்தால்தான் பிடிக்கும் இல்லையென்றால் கடினம்.

அங்கே பில் வரும்போது டிப்ஸும் சேர்த்துப் போடப்பட்டு வருகிறது என்பதைக் கவனித்தேன். எப்போதும் போல் இந்தியக் கணக்கைப் போட ஆரம்பித்தேன். என்னடா கொடுமை! என்று மனத்திற்குள் நினைத்துக்கொண்டேன்.

ஒன்றுமே சாப்பிடவில்லை. வயிறும் நிறையவில்லை இதற்கு இவ்வளவு காசா என்பது போல் மனம் அங்கலாய்த்தது. பின்னர் அறைக்கு விரைந்தோம்.

அமெரிக்கா சென்றதிலிருந்து, பகலில் உறக்கம் வரும், இரவில் விழிப்பு வரும், என்னடா இது என்றால் ஜெட்லாக் என்கிறான். நமக்குள் இருக்கும் கவிஞன் சும்மா இருப்பான்.

Jet lag

கக்கத்தில் பொம்மையைச்
சுமந்தலையும் குழந்தையைப்போல்
என் தேசத்துச் சூரியனை
இதயக்கமலத்தில்
எனக்கே அறியாமல்
ஒளித்து வைத்திருக்கிறேன்
இந்த அந்நியதேசத்தில்
கைப்பிடியளவு
இரவையும், விடியலையும்
தந்து, தந்து
கிச்சுகிச்சு மூட்டுகிறது
அப்போதெல்லாம்
ஒற்றை வானத்தில்

ஒரு சூரியன் என்பது
ஒரு முரண்
உ_தறமுடியா
அன்பின் பிடியில்
கட்டுண்டு கிடக்கும்
உயிர்களின்
நினைவுக்குளத்தில்
மீண்டும்
மலரும் மலரைப்போல்
மலரத்தொடங்கிவிடுகிறது
வலசை சென்று
திரும்பும் பறவையின் விழியிலும்
தமிழ்அன்னை தொப்புள்கொடி
உறவுகளின் இதயத்திலும்
எப்போதும் மலர்ந்திருக்கிறது
ஒரு தொலையாத
சூரியன்
இப்போது
இரு சூரியனைச்
சுமக்கும்
ஒருவானமாய்
நான்.

செ.புனிதஜோதி

6. ஜார்ஜியா டெக் பயணம்

சாலை பாறையாக இருந்தாலும் அது எனக்கு நன்றாக இருக்கிறது.

- பாப் மார்லி

ஜார்ஜியா டெக் பட்டமளிப்பு :

பட்டமளிப்பு விழாவிற்குச் செல்ல வேண்டியதன் காரணமாக அறையில் உணவு தயாரித்துவிட்டோம். கீதா நாகராஜன் அவர்களும் எங்களோடு வருவார்கள் என்று நினைத்திருந்தோம். ஆனால் அவர்களுடைய பையன் கௌஷிக் வந்த பிறகுதான் தெரிந்தது. பாஸ் இருந்தால்தான் செல்ல முடியும்.

ஒரு மாணவருக்கு மூன்று பாஸ். ரிதன் மகேந்திரன் குடும்பத்தை அழைத்ததன் காரணமாக அவர்களுக்கே மற்ற பையன்களினுடைய பாஸ்தான் வாங்கித் தரப்பட்டிருக்கிறது.

இன்று இ.சி.இ (E.C.E) டிபார்ட்மென்ட் யு.ஜி(U.G) மற்றும் பி.ஜி (P.G)க்குப் பட்டமளிப்பு விழா நடக்கும்.

ஒவ்வொரு நாளும் ஒவ்வொரு குரூப்பிற்கு நடைபெறும். நாளை என்னுடைய பட்டமளிப்பு விழா. மற்ற நண்பர்களின் பாஸ் மூலம்தான் என்னுடைய அப்பாவின் நண்பர் வருகிறார் என்ற விவரத்தைத் தெரிவித்தான்.

சிறிது நேரம் கழித்து என் மகன் வந்தவுடன் கிளம்பினோம். கூட்டம் அதிகமாக இருந்ததன் காரணமாகக் கார் நிறுத்தம் செய்வதற்குச் சரியான இடம் அமையவில்லை. கிடைத்த இடத்தில் நிறுத்திவிட்டு நடந்து சென்றோம்.

மிகப்பெரிய வளாகம். ஓர் ஊரையே வளைத்துப் போட்டால் எப்படி இருக்குமோ அப்படி மிகப்பெரிய பரப்பளவைக் கொண்ட பல்கலைக்கழகம். என் மகனைச் சேர்க்கும் போதே முதல் தரக் கல்லூரி என்பதையறிவேன். இன்று நேரில் பார்க்கும்போது புல்லரித்தது.

பட்டமளிப்பு உடை கருப்பு அங்கியில். ஆண்கள், பெண்கள் கலந்து, கலந்து புன்னகையோடு நிழற்படம் எடுத்துக் கொண்டிருந்தனர்.

பெற்றோரின் முகத்தைப் பார்க்கவே தேவையில்லை. சூட், கோட், கௌவுன் சகிதமாய்க் காட்சியளித்தனர்.

இவற்றையெல்லாம் கண்ட பிறகு கையில் இருந்த பை எங்கே என்று மகனைக்கேட்டேன். அய்யோ உங்கள் அறையில் விட்டு விட்டு வந்துவிட்டேனே என்று...

என் மகன் புலம்பினான். திரும்பிப் போய் எடுப்பது மிகவும் சிரமம் என்ன செய்வது என்று யோசித்துக்கொண்டு இருந்தான்.

அதற்குள் "போற நேரத்துல புகைப்படம் எடுத்துக்கிட்டு செல்பி மயமா இருந்தா" எப்படி என்று என்னைத் திட்டித் தீர்த்தார் என் கணவர். எப்பொழுதுமே எங்குப் புறப்படும்போதும் சுற்று முற்றும் பார்த்துவிட்டுக் கிளம்பும் நான் மகிழ்ச்சியில் மறந்துவிட்டேன். எல்லாம் எடுத்தாச்சா என்று கேட்கும் அவரும் மறந்துவிட்டார்.

மூவர் மேலும் குற்றம் இருந்தாலும் பெண் மட்டுமே இங்கே எல்லாவற்றிற்கும் பொறுப்போடு கவனத்தோடு இருக்க வேண்டும். என்று இந்த ஆண் சமுதாயம் கூறும்போதுதான் மிக எரிச்சலாக இருக்கிறது. இவற்றையெல்லாம் சொன்னால் பெண்ணியச் சிந்தனையோடு நீ இருந்தால் குடும்பம் நடத்தச் சரியில்லை என்று ஒரே வார்த்தையைப் பேசி நம் வாயை அடைத்துவிடுவார்கள்.

நாங்கள் சண்டை போடுவதைப் பார்த்து ஐயோ கொஞ்சம் அமைதியாக இருங்கள். கௌசிக் எடுத்துக் கொண்டு வருகிறேன் என்று சொல்லிவிட்டான் என்றான். .அயல்நாட்டில் நல்ல நண்பர்கள் தான் துணை.இறைவனுக்கு நன்றி சொல்லிகொண்டேன்.

ஒருவழியாய் உள்ளே சென்றுவிட்டோம். மாணவர்களை வேறு வழியில் செல்லச் சொன்னார்கள்.

"அம்மா நீங்க இடதுபக்கம் போங்க ,உங்களுக்கு அருகில் மகேந்திரன் மாமாவிற்கு இருக்கையைப் போட்டு வையுங்கள் என்று சொல்லிவிட்டுச் சென்றான். உள்ளே சென்றோம் மிகப்பெரிய ஆடிட்டோரியோம் கப் அண்டு சாசரைப்போல் வடிவமைக்கப்பட்டிருந்தது.

ஜார்ஜியா டெக் வளாகம்

GEORGIA
1776
GEORGIA INSTITUTE
OF TECHNOLOGY
Established by Act of the General Assembly
Oct. 13, 1885, site selected Oct. 20, 1886.
Administration Building erected, 1887.
First session, Oct. 7, 1888.
In July, August, 1864, this site was occupied
by one of a series of forts connected by rifle-
pits which 12 mi. in extent, encircled Atlanta.
During siege operations the city was defended
by Gen. Hood's Army of Tennessee.
Opposing this sector were the 4th and 20th Corps
of the Federal Army of the Cumberland posted
in the area between 10th and 14th Sts. The
siege began July 22d and ended August 25.

நான்கு திசையிலும் மின்திரைகள் அமைக்கப்பட்டிருந்தன. கீழே நடக்கும் பட்டமளிப்பு விழாவைப் பார்க்க ஏதுவாக இருந்தது. கூட்டம் நிறைந்திருந்தது. எங்களுக்காவே நான்கு சீட் காலியாக இருந்ததுபோல் இருந்தது.கோழி அமுக்குவதைப்போல இருக்கையைக் கைப்பற்றி வைத்திருந்தோம். மகேந்திரன்,புனிதா. அவர் பெயரும் என் பெயரும் ஒன்று. அவரை அழைப்பது என்னை நானே அழைத்துக்கொள்வது போலிருந்தது. அவர்களின் இரண்டு பையன்கள் வந்து சேர்ந்தனர்.

முதலில் யு.ஜி நடைபெற்றது. பெயர் வாசிக்க ஒவ்வொருவரும் பட்டமளிப்புச் சான்றிதழைப் பெற்றுக்கொண்டனர். சிலர் முதல்வரைக் கட்டிப் பிடித்தும், சிலர் நடனம் ஆடியபடியும் வாங்கிச் சென்றனர். இத்தனை நாள் கடினமாய் உழைத்து வெற்றி பெற்றவர்களின் பரசவ நிலையைப் பகிர்ந்துகொள்வதைப்போல் உணர்ந்தேன்.

இந்நிகழ்வு இளமையைக் கொண்டாடச் சொல்லும் பெருவிழாவாகும். அதை நன்றாகக் கொண்டாடுங்கள். விட்டுவிட்டால் மீண்டும் பெறமுடியாது அந்த நன்நாளை. உங்களுக்கும் உங்கள் கல்லூரிக்கும் இருந்த உறவை மீண்டும், மீண்டும் அசைபோடும்படி கொண்டாடுங்கள். தளர்ந்த நேரத்தில் அதுவே கைப்பிடி. அதனால் கொண்டாடுங்கள் பிள்ளைகளே... என்று என் மனம் ஆர்ப்பரித்துக் கொண்டிருந்தது.

அடுத்து பி.ஜி மாணவர்களை அழைத்தனர். அவர்கள் ஒருவர் பின் ஒருவர் வந்து வாங்கினர். யு.ஜியைப்போல் இல்லை. கொஞ்சம் முதிர்ச்சியைப் பெற்றுவிட்டதாய்ப் பாவித்துத் தங்கள் குழந்தைத் தன்மையைத் ஒளித்து வைத்துவிட்டு ஆர்ப்பாட்டமின்றி வாங்கிச்சென்றனர்.

சிலர் மறைக்க முடியாமல் வெளிப்படுத்தவும் செய்தனர். அவர்களுடைய நண்பி, நண்பர்கள் பெயர் வருகையில் ஓவென்று கத்தவும் செய்தனர். என் மகன் பெயர் ரிதன்ஆதித் செந்தில்குமார் என்று அறிவிக்கப்பட்டதும். நாங்களும் மகேந்திரன் குடும்பத்தினரும் ஓவெனக் கத்தி உற்சாகப்படுத்தினோம்.

அதன் பிறகு நிழற்படம் எடுத்தல், தன் மற்ற நண்பர்களை அவர்களின் குடும்பத்தை அறிமுகப்படுத்தல், மலர்க்கொத்து, பரிசுப்பொருள் வழங்கல் என ஒருபுறம் நடக்க, அனைவரோடும் நிழற்படம் எடுத்துக்கொண்டோம்.

ஒரு வழியாய் எல்லோரையும் அனுப்பி வைத்துவிட்டு ஜார்ஜியா டெக் வளாகத்தைச் சுற்றிப்பார்க்கக் கிளம்பினோம்.

ஜார்ஜியா டெக் வளாகம் :

வளாக வரைபடத்துடன் ஜார்ஜியா பல்கலைக்கழகத்தின் வரலாறு ஒரு கல்லில் செதுக்கப்பட்டிருந்தது.

1885இல் நிறுவப்பட்டதாகவும், இது ஜார்ஜியா பல்கலைக் கழகத்தின் ஒரு பகுதியாகவும் செயல்பட்டு வருகிறது. செயற்கைக்கோள் வளாகங்கள், வர்த்தக வகுப்புகள், பெரும் ஆராய்ச்சிக் கூடங்கள். 31 துறைகள் பல கல்விப் பிரிவுகள் ஆறு கல்லூரிகளாக ஒழுங்கமைக்கப்பட்டுள்ளது. அறிவியல் மற்றும் தொழில்நுட்பத்திற்கு முக்கியத்துவம் தரும் பல்கலைக்கழகமாய்ச் சிறப்பு பெற்று உள்ளது.

என்.சி.எ.எ (NCAA) பிரிவு, தடகளப்பிரிவு, கால்பந்து, பெண்கள் அணிகள், ஆண்கள் அணிகள் போட்டியிட்டுப் பல வெற்றிக் கோப்பைகளைப் பெற்று பல்கலைக்கழகத்திற்குப் பெருமை சேர்த்து உள்ளார்கள். பேஸ் பால் விளையாட்டு இங்கு மிகவும் சிறப்புப் பெற்றதாக இருக்கிறது.

மாசசூசெட்ஸ் மற்றும் வொர்செஸ்டர் பாலிடெக்னிக்கள் உத்வேகத்துடன் மேஜர் ஜான் பிளெட்சர் ஹான்சன் மற்றும் நதானியேல் எட்வின் ஹாரிஸ் ஆகியோரால் புனரமைப்புச் செய்யப்பட்டு உள்ளன. இவற்றையெல்லாம்படித்துத் தெரிந்து கொண்டோம்.

என் மகன் அவனுடைய வகுப்புக்கு அழைத்துச்சென்றான். கம்ப்யூட்டர் பில்டிங், ரிசர்ச் விங்க், கிளாஸ் ரூம் விங், லைப்ரரி கட்டடம் ,இ. சி. இ வேங்க்லீயர் கட்டடம், டெக் க்ரீன், சி .ஆர். சி. ஸ்டாம்ப் கிரவுண்ட், ஒவ்வொன்றாய் அழைத்துக்கொண்டு

போய்க் காண்பித்தான். எல்லாம் மிகப்பெரிய அளவில் இருத்தன. அவர்களுக்குத் தேவையான ஆய்வுக்கூடங்கள், கருவிகள், இன்ஸ்ட்ருமென்ட்கள், கணினிகள், மிகப்பெரிய நூலகங்கள் எல்லாம் அதிகப்படியாகவே இருந்தன.

சில டிபார்ட்மெண்டில் கொண்டாட்டம் நடந்துகொண்டிருந்தன. அதைப் பார்க்க வேண்டுமென்று தோணியதால் உள்ளே நுழைந்துவிட்டேன், ஆணும், பெண்ணும் வெற்றிக் களிப்பில் நடனம், இசைக்கச்சேரி, புகைப்படங்கள் எடுத்தல் மிகச் சிறப்பான முறையில் நடந்தேறிக்கொண்டிருந்தன. வருபவர்களுக்கு சாக்லேட், கேக், டீ சர்ட் வழங்கிக்கொண்டிருந்தனர். ஒவ்வொன்றையாய்ப் பார்த்து நிகழ்ச்சியில், பங்கு கொண்டோம்.

மிகப்பெரிய வளாகங்களில் நடந்து, நடந்து கால் கடுக்க ஆரம்பித்தது. போதும் என்ற அளவிற்குக் கல்லூரியின் முக்கியமான பகுதி எல்லாம் ஓரளவு பார்த்துவிட்டோம். முழுவதும் பார்க்க

வேண்டுமென்றால் நான்கு நாள்கள் ஆகும். கல்லூரியை விட்டு நகர ஆரம்பித்தோம்.

இடையில் ப்ளூ இந்தியா என்ற இந்திய உணவகத்தில் பிரியாணி சாப்பிட்டோம். நல்ல சுவையாக இருந்தது, மற்ற உணவுவகையை விட பிரியாணி தரமாக இருந்தது. ஒரு பிடி பிடித்துவிட்டு அறைக்குச் சென்றோம்.

மிட் டவுன் பயணம் :

அட்லாண்டாவின் மையப் பகுதியை மிட் டவுன் என்று அழைக்கின்றனர்.

வருகிறேன் என்றவுடன் அன்புடன் அழைத்த ராஜீ அம்மா, கிரேஸ், பிரதீபா, ஜெயாமாறன் எல்லோரையும் ராஜீ அம்மா வீட்டில் சந்திக்க ஏற்பாடு (potluck)செய்திருந்தார்கள். எல்லோரையும், முகநூலிலும், ஜூம் மீட்டிங்கிலும் சந்தித்துள்ளேன். நேரில் சந்திக்க ஆவலாய்இருந்தது.

ராஜீ அம்மா, கிரேஸ், பிரதீபா, ஜெயாமாறன் உலகப் பெண்கள் பேரவையின் கவிஞர்கள். ஜூம் மூலமாய் நடக்கும் கவியரங்கத்தில் நாங்கள் எல்லோரும் கலந்துகொண்டபோது அறிமுகம். ஆனால் நெடுநாள்கள் பழகியவர்கள் போல என் மகன் முதல் முதலில் படிக்க வந்தபோது என் பிரிவாற்றாமை அறிந்து, அவனுக்குப் பல உதவிகளைச் செய்தனர்.

ஜெயாமாறன் என் மகனை நேரில் சந்தித்து அவன் நலமாக இருக்கிறான் பயப்படாதீர்கள் நாங்கள் இருக்கின்றோம் என்றார். பிரதீபா, கிரேஸ், ப்ரியா பாஸ்கரன் ஆகியோர் என்மகனோடு தொடர்புகொண்டு பேசிப் பல ஆலோசனைகள் வழங்கினர். ராஜீ அம்மா அவனை வீட்டிற்கு அழைத்து விருந்து வைத்து அனுப்பினார். ஒவ்வொன்றையும் அசை போட்ட படியே ராஜிம்மா வீட்டை நோக்கிப் பயணம் செய்தோம்.

திக்கற்றவர்களுக்குக் கடவுள் துணை என்பதைப்போல் அட்லாண்டாவில் இவர்கள் இருந்தது மிகப்பெரிய தைரியமாய் இருந்தது. ராஜீ அம்மா வீட்டை அடைந்தோம். ஒரே மாதிரியான

நிறத்தில் வடிவத்தில் வரிசையில் பங்களாக்கள் அமைந்திருந்தன. எங்கும் பசுமை நிறைந்திருந்தது. ஆனால் பறவைகளின் குரல்கள் குறைவாக இருந்தன. அந்தப் பகுதி தியானத்தில் இருந்தால் எப்படி இருக்குமோ அப்படியொரு அமைதியைக்கொண்டிருந்தது.

வாங்க, வாங்க என ராஜீ அம்மா வரவேற்றார்கள். சிறிது நேரத்தில், கிரேஸ், பிரதீபா, ஜெகா என வருகை தந்தனர். அமர்க்களமாய் இருந்தது. அவர்களின் அன்பை, உபசரிப்பை, விருந்தோம்பலை எனக்குள் இருக்கும் கவிதாயினி எப்படி வெளிப்படுத்தாமல் இருப்பாள்.

ராஜீ அம்மா, கிரேஸ், பிரதீபா, ஜெகா, மனோகரன் சார் எந்தச் சொல் தொடுத்து உங்களுக்கு நன்றியெனும் பா மாலை வடிப்பேன்?

அன்பெனும் கரம்பற்றிப் புன்னகையால்
வரவேற்று, வயிறு முட்ட
விருந்தோம்பல் படைத்து
 இனிக்க, இனிக்க அன்புச்சொற்களால்
உள்ளம் குளிர வைத்த

உங்களுக்கு எந்தச்சொல் தொடுத்து
நன்றியெனும் பா மாலை வடிப்பேன்?
உள்ளம் உருகி அன்பால்
விழிக்கரையைத் தாண்டும்
கண்ணீரைத் தவிர
வேறொன்றுமில்லை
என்னிடத்தில்
கோவர்தனக் குடையைப்போல்
உங்கள் அடைகாத்த அன்பின் நிழலில்
இளைப்பாறிய மனப்பறவை
விட்டு விலகமுடியாமல்
அவ்விடத்தில் நிற்பதை
என்ன செய்வேன்?
அன்னிய நாட்டில்
நம் தமிழ்அன்னையின் தொப்புள்கொடி
உறவுகள்
விட்டுவிடாத விருந்தோம்பலையும்
கட்டிப்போடும் அன்புடைமையையும்
பத்திரப்படுத்தி வைத்திருப்பதை
எந்தச் சொல் கொண்டு
வள்ளுவனுக்கு நான் உரைப்பேன்?
உள்ளம் களிகூத்தாடி
பாடிய பாடலைப்
பாடிக் காட்டி மகிழ்வேன்
நட்பின் சமையல்சாதம்
காய்கறிகளும் பிரமாதம்
இந்த கௌரவப்பிரசாதம்
இதுவே எனக்கு போதும்

அன்பு ராஜீ அம்மா கரங்களால் செய்த மொறுமொறுப்பான பக்கோடா, வெள்ளரி ரைத்தா, மோசபி ஆரஞ்சு, ஸ்டாபெரிசாறு, மாங்காய் ஊறுகாய், காலிப்ளவர், ரசம், சாதம், பாயசம், பழசாலட், வெண்டைப் பொறியல், உருளை வறுவல்...

பிரதீபா அன்பில் கலந்து செய்த நிலக்கடலை மாங்காய் போட்ட சத்தான சிற்றுண்டி, காய்கறிக் குருமா....

அன்னபூரணாவிற்கு டப் கொடுக்கும் அன்பு ஜெகாவின் தேங்காய்ப் பால் பிரியாணி, உருளைசிப்ஸ்... கருணை உள்ளம் கிரேஸின் சுவையான கரும்புச்சாறு, சப்பாத்தி...

உண்டு களித்த உள்ளம்
கவிபாடிக் காட்டி மகிழ..
தமிழ் அன்னை தந்த சொல்லால்
நனிநன்றி கூறி மகிழ்வேன்.

நிரம்பி வழியும் எங்கள் இதயக்கோப்பையில் நன்றி என்ற ஒற்றை வார்த்தையில் சுருக்க முடியாமல் தவிக்கிறது அதனினும் அவர்களின் அன்பு, நட்பு பீடு உடையது. எனக்குள் உதித்த கவிதையை ராஜி அம்மாவிடம் கூறி சபாஷ் வாங்கிக்கொண்டு புறப்பட்டோம் எங்கள் அறை நோக்கி.

ஸ்டோன் மௌண்டைன் (Stone Mountain) :

ஊரில் வேப்பமரம், தென்னை மரம், மாமரம் இவற்றில் ஏறி விழிகள் விரிய விளையாண்ட கால்கள் இப்போது ஜார்ஜியாவில் ஸ்டோன் மௌண்டைன் என்ற மலைப் பகுதியிலுள்ள ஓக், பீச்

பெயர் தெரியாத எத்தனையோ மரங்களின் மேல் விழிகள் விரிய மனமேறி விளையாண்ட வண்ணம் வந்தன.

முழுமையும் பசுமை சூழ்ந்த ஒரு வனப்பகுதி. அங்கே மனிதர்கள் ட்ரக்கிங் செய்வதற்காகவும், நடப்பதற்காகவும், பலர் கேளிக்கை நிகழ்ச்சிகளில் பங்கு கொள்வதற்காகவும், கோல்ஃப் விளையாடத் தங்கி இளைப்பாறவும் வந்திருந்தனர்.

மேலும் பல பள்ளிகளில் இருந்து மாணவ மாணவிகள் வந்திருந்தார்கள். அது மிகப்பெரிய கிரானைட் மலை. அந்த மலையின் நடுவில் ஓர் ஆற்றை நான்கு வீரர்கள் கடந்து செல்வதைப் போல் சிற்பம் செதுக்கப்பட்டிருந்தது.

குதிரைகளுக்கு இடையில் தளும்பும் நீர் அலைகள் எழுந்து நிற்பது நேரடிக் காட்சிக் காண்பது போல் தத்ரூபமாகச் செதுக்கப்பட்டிருந்தது. அந்தச் சிற்பியின் விரலை ஒரு முறை கையெடுத்துக் கும்பிட வேண்டும் என்று தோன்றியது.

அந்த மலைக்கு வின்ச் மூலமாகப் பலர் மலையேற்றம் வழியாகச் சென்றனர். வின்ச் மூலமாகச் செல்வதற்குப் பயணச்சீட்டு பெற்றுக் கொள்ளவேண்டும். 10 மணிக்குத்தான் பயணச்சீட்டு வழங்கும் அறை திறக்கப்படும் என்று தெரிந்தவுடன். சுற்றிலும் உள்ள பகுதியை மெதுவாக நடந்து சென்று கண்டுகளித்தோம் .

விதவிதமான செடி, கொடிகள், மலர்களோடு ஸ்டோன் மௌண்டைன் வரலாறு ஆங்காங்கே ஒரு பலகையில் ஓவியத்தோடும் எழுதப்பட்டிருந்தது.

மலையில் செதுக்கப்பட்டிருந்த கான்ஃபெடரேட் ஜெனரல்கள் ராபர்ட் ஈ. லீ, தாமஸ் "ஸ்டோன்வால்" ஜாக்சன் மற்றும் ஜெபர்சன் டேவிஸ் ஆகியோரின் பெயர்களைத் தெரிந்துகொள்ள முடிந்தது.

மலை 1,686 அடி உயரமும் 3.8 மைல் சுற்றளவும் கொண்டது.

ஸ்கைரைடு

வரலாற்று இரயில் மற்றும் அருங்காட்சியகம்

கான்ஃபெடரேட் ஹால் வரலாற்றுக் கட்டடம்

நினைவு மண்டபம்
கண்ணுக்கினிய இரயில் பாதை
லேசர்ஷோ கண்கவர்

பொழுதுபோக்கு அம்சங்கள் நிறைந்த தளம் என்பதை வாசிக்க வாசிக்க அறிந்துகொள்ள முடிந்தது.

10 மணி ஆனவுடன் பயணச்சீட்டு எடுத்து ஸ்கை ரைடுக்குச் சென்றோம். மிகப்பெரிய மலை. அந்த மலையின் உச்சியில் ஜார்ஜியா முழுவதும் தெரிந்தது. பக்கத்தில் உள்ள பல்வேறு சின்ன சின்ன நாடுகள் இணைந்து மிகப்பெரிய போரில் இருந்து மீட்டுக் கொண்டு வந்த ஓர் அடையாளமாக இந்த மலை திகழ்ந்தது.

மலையின் ஒரு பகுதியில் நமக்குத் தேவையான தின்பண்டங்களும் கிடைத்தன. ஒரு பாப்கானை வாங்கிக்கொண்டு அடுத்த வின்ச் வரும்வரை காத்திருந்து ஏறினோம். எப்படி மேலே போகும்போது அந்த மலைப்பகுதிகளும் நீண்டு உயர்ந்த மரங்களும் அருவிகளும், ஆறும், நீண்டு உயர்ந்த கட்டிடங்களும் தெரிந்தனவோ அதேபோல் கீழிருந்து இறங்கும்போதும் அழகான காட்சிகளைக் கண்குளிரக் காண முடிந்தது.

மிகப்பெரிய அந்த வனப்பகுதிகள் அனைத்தும் அற்புதமாக ஒளிர்ந்தன. பச்சை நிறமே பச்சை நிறமே என்று பாடத் தோன்றியது. அவ்வளவு பசுமை நிறைந்த ஒரு வனப்பகுதி.

புகை மலை Smokey Mountain:

அழகான வயல்வெளிகளை, காடுகளை அழித்து கான்கிரீட் கட்டடங்கள் உயர்ந்துகொண்டிருக்கின்றன. நம் நாட்டில். பசுமை பொருந்திய இந்த நாட்டைக் காணும் வேளையில் கொஞ்சம் பொறாமையாகவும் இந்த மக்களுடைய நேர்த்தியை யும், நேர்மையையும், அரசின் கடமையையும் புரிந்துகொள்ள முடிந்தது.

இதுவும் மிகப்பெரிய ஒரு வனப்பகுதி. தேசியப் பூங்கா இங்கே உள்ளது. இங்கேயும் ட்ரெக்கிங் செய்யவும் வந்திருந்தனர்.

500க்கும் மேற்பட்ட தாவரங்கள், 66 வகையான பாலூட்டிகள் மற்றும் 200 வகையான பறவைகள் ஆகியவற்றுடன், அதன் பல்வேறு தாவரங்கள் மற்றும் விலங்கினங்கள் நிறைந்த மிகப்பெரிய பூங்காவைக் கண்டோம். 500,000 ஏக்கர் பரப்பளவில் கடின மரக்காடுகள்.

பூங்கா வழியாக 72 மைல் தூரம் பரவியிருக்கும் அப்பலாச்சியன் பாதையின் வீடுகள் நீர்வீழ்ச்சிகள் அமைந்திருந்தன. வட கரோலினா மற்றும் டென்னிசி இரு எல்லைகளைக் கட்டிப்பிடித்தபடி அமைந்த சுமோக்கி மலை. அனைத்தும் இயற்கை எழில் மிக்கவையாக இருந்தது

எல்லோரும் மலையேற்றம் செய்கிறார்கள் என்று எங்களுக்கும் ஆசை வந்தது. எப்படியோ உச்சியை அடைந்துவிட்டோம்.

பனி நிறைந்த மலை. ஒரு காட்டை எரித்தால் எப்படிப் புகை ஏற்படுமோ அப்படிப் புகை சூழ்ந்த பகுதியாக இருந்தது. அந்த மலை முழுவதும் மேகங்கள் நம்மை அள்ளிச் செல்வதைப் போல் ஓர் உணர்வு. புகையோடு புகையாய் மறைந்துவிட்டதுபோல் காட்சி.

உச்சிக்குச் சென்றவுடன் குளிர் வாட்டியது. ஜெர்க்கினைத் துளைத்து இதயத்தைப் பிடுங்குவதைப் போல் இம்சை செய்தது.

"போதும் என்னால் முடியவில்லை; கீழே இறங்கி விடுவோம்" என்று புலம்ப ஆரம்பித்துவிட்டேன். வரும் வழியில் பீச்பழக்காடுகள்,

செ.புனிதஜோதி

ஸ்ட்ராபெரி தோட்டங்கள் நிறைந்த பகுதியைக் கண்டு களித்தோம். பணம் கொடுத்து உள்ளே சென்றால் பறித்துக் கொள்ளவும் அனுமதி அளிக்கப்பட்டிருந்தது.

ஹெலன் :

அட்லாண்டாவிற்கு வடக்கே 90 மைல் தொலைவில் ஹெலன் என்ற பகுதிக்குச் சென்றோம். இங்கே உள்ள வீடுகள் எல்லாம் ஜெர்மானிய முறையில் கட்டப்பட்டிருந்தன. பவேரிய கிராமத் தோற்றமாக இருந்தது. விதவிதமான ஜெர்மானிய உணவுகளும் கிடைத்தன. நமக்குத்தான் வாய்க்கு ஒன்றும் விளங்கவில்லை.

இதில் கொஞ்சம் மலைகளைப் பார்த்தாலே போதும்; வயிறு நிறைந்துவிடும். எங்கும் பசுமை நீரோடை, நீர் வீழ்ச்சி பார்ப்பதற்கு மிக இதமாய் இருந்தது. ஜெர்மனிய வீடுகளில் தங்கி மீன் பிடித்து அங்கேயே உணவு சமைத்து விடுமுறையைக் கழிக்க இங்கே பலர் வந்திருந்தனர்.

ஏக அமைதி நிலவிய ஒரு குளுமையான இனிமை நிறைந்த மலைப் பிரதேசம். ஆங்காங்கே கிறிஸ்துமஸ் தாத்தா குல்லாக்கள், நட்சத்திரங்கள், கிரீட்டிங் கார்டுகள், வீடுகளுக்கு முன்பு அழகாக அலங்கரிக்கப்பட்டிருந்தன.

சிறு சிறு ஓடைகள், அந்த ஓடைகளில் பயணிக்க, குதூகலிக்க இரப்பர் வடிவப் படகுகள். நீச்சல் குளத்தில் தரப்படக்கூடிய இரப்பர் டியூப்பை போன்று அது இருந்தது. அதனால் சிறுவர்கள், சிறுமிகள் எல்லோரும் தனித்தனியாகப் பயணம் செய்யும்படி ஏதுவாக இருந்தது. கீழே விழுந்துவிடாதபடியும் அந்த இரப்பர் படகு அமைக்கப்பட்டிருந்தது.

அதில் நாங்களும் சிறு குழந்தைகளைப் போல் துள்ளிக்குதித்து தனித்தனியாக அமர்ந்து அந்த ஓடையில் மிதந்து ஆனந்தமாக மகிழ்ந்தோம். ஆனால் 1912-1913 இல் மரம் வெட்டும் நகரமாய் இது இருந்தது. அதன் பின் ஸ்டீபன்சன் என்பவரால் பொழுதுபோக்கு அம்சங்கள் இங்கே கொண்டுவரப்பட்டன. இலையுதிர் காலத்தில் திருவிழாக்கள் ஏற்பாடு செய்யப்பட்டன. ஒரு சுற்றுலா மையமாக மாற்றம் அடைந்தது என்பதை அங்கே உள்ள சுற்றுலா கைடு மூலம் அறிந்துகொள்ள முடிந்தது

கம்மிங் Cumming :

Cumming இல் உள்ள மகேந்திரன் வீட்டிற்குப் புறப்பட்டோம். என் மகன் கார் ஓட்டினால் முன் இருக்கையில் நான்தான் உட்காருவேன். அதைப் பெரும் கர்வமாகவே கருதுவேன். இரண்டு மணிநேரம் ஆனது. எங்களுக்காக மகேந்திரன், புனிதா காத்துக்கொண்டிருந்தனர். கேசரி, வடை, இட்லி, குழம்பு, பொங்கல், சாம்பார் என ஒரு பிடி பிடித்தோம்.

இன்று என் மகன்கள் படிக்கும் தமிழ்ப்பள்ளி நிறைவு நாள். நீங்கள் வருகிறீர்களா? புனிதா கேட்டார். இரு புனிதாக்களும் பள்ளிக்குப்

புறப்பட்டோம். இங்கே கார் ஓட்டுதல் ஆணுக்கும்,பெண்ணுக்கும் தெரிந்திருக்கவேண்டும். நினைத்த இடத்திற்கெல்லாம் கார் வருவதில்லை. பொதுப் போக்குவரத்து வசதியும் அவ்வளவாக இல்லை. அட்லாண்டா பொறுத்தவரை கார் அவசியம் என உணர வைத்தது.

தமிழ்ப்பள்ளி :

தமிழ்ப்பள்ளியில் தமிழ் படிக்க விருப்பம் உள்ளவர்கள் படிக்க வரலாம். இதனைத் தமிழ்ஆர்வலர்கள் இலவசமாக எடுக்கிறார்கள். பள்ளி வளாகத்தில் அதற்கான ஏற்பாடு செய்து தந்துள்ளார்கள். தமிழ்நாட்டுப் பள்ளியில் தமிழ் இல்லை, நாகரிக மோகத்தில் தமிழை மறந்தவர்களும் உண்டு. ஆனால் அன்னிய நாட்டிலுள்ள தமிழர்கள் தமிழை வளர்கிறார்கள்.குட்டிக்குட்டிக் குழந்தைகள், கொஞ்சம் பெரிய வகுப்பைச் சார்ந்தவர்கள் சில வகுப்பறையில் அமர்ந்திருந்தனர்.

நாங்கள் புனிதா பையன் படிக்கும் வகுப்பிற்கு போய்ச் சேர்ந்தோம். அங்கு வந்திருந்த அனைவரும் தமிழர்கள். தமிழ் தேனாக வந்து பாய்ந்தது. தமிழ் ஓசையில் சில குழந்தைகள் அ, ஆ, சிலர் பாட்டு, கதை, தோசை அம்மா..தோசை தன் மழலை மொழியால் ஆங்கிலம் பழக்கப்பட்ட நாவில் தமிழ் அபிநயம் பிடித்து வந்து சேர்ந்தது. எல்லோருக்கும் சான்றிதழ் வழங்கப்பட்டது. ஆசிரியர்களுக்கு நன்றி கார்டு தரப்பட்டது. இங்கு பாரதி பள்ளி, லட்சுமி பள்ளி, ஆல்ப்ரெட்டா, லில்பர்ன் என்ற தமிழ்ப் பள்ளிகள் செயல்பட்டு வருகின்றன. என்பதைப் புனிதாவின் மூலமாக அறிந்து கொள்ள முடிந்தது. அந்த ஆசிரியர்கள் அங்குள்ள மாணவர்களுக்கு ஏற்றவாறு தமிழ்ப் பாடங்களை வடிவமைத்துக் கற்றுத் தருகிறார்கள். முடிந்த அளவிற்கு இசைத்தட்டுகளாக, காணொளி வாயிலாக, நடனத்தின் வாயிலாக, ஓவியத்தின் மூலமாகவும், கதையின் மூலமாகவும் எப்படியாவது தமிழைக் கொண்டு சேர்க்க முயற்சித்துக் கொண்டிருக்கிறார்கள் என்பதையும் அறிய முடிந்தது.

எங்கும் தமிழர்கள்:

அங்கிருந்து விடுபட்டு மைதானத்திற்கு வந்து சேர்ந்தோம். கிட்டத்தட்ட 500 மேற்பட்ட தமிழ்க் குடும்பங்கள் ஒன்று

சேர்ந்திருந்தனர். நிறைவு நாளில் உணவு, விளையாட்டு, பாட்டு, நடனம் எனச் சிறப்பான முறையில் ஏற்பாடு செய்திருந்தனர்.

புனிதாவின் மூத்த மகனும் பள்ளி முடிந்து மைதானத்திற்கு வந்துசேர்ந்தான். சிறிது நேரம் கழித்து மகேந்திரன் உடன் என்

கணவரும், பையனும் கலந்துகொண்டனர். தமிழ்ப் சினிமாப் பாடல்கள் ஒலிக்க ஆரம்பித்தன. எங்களுக்கு அட்லாண்டாவா இல்லை தமிழ்நாடா என்பது போலிருந்தது.

எட்டுத் திக்கும் தமிழ்ச் சொந்தங்கள். தமிழன் என்று சொல்லடா தலை நிமிர்ந்து நில்லடா என்ற உணர்வு மேலோங்கியது. இதைப் போல ஏழு தமிழ்ப் பள்ளிகள் உள்ளன. ஐந்தாயிரம் தமிழ்க் குடும்பங்கள் உள்ளன என்பதை அறிந்து கொண்டோம். தமிழர்கள் ஒன்று கூடிப் பொங்கல் விழாக்களை சிறப்பாகக் கொண்டாடுவதைப் பற்றியும் அறிய முடிந்தது. இங்கே ஆங்கிலம்தான் பிரதான மொழியாக இருந்தாலும் அவரவர்களுடைய விருப்பு மொழியைக் கற்றுக் கொள்வதற்கு வேண்டிய சுதந்திரம் இங்கே இருப்பதை உணர முடிந்தது. சிறிதுநேரம் இருந்துவிட்டு. வீட்டிற்குச் சென்றோம்.

சுத்தம் பேணும் அரசு:

இங்கே ஒரே மாதிரியான, ஒரே வரிசையில் ஆடம்பரமான வீடுகள் கட்டப்பட்டிருந்தன. எல்லாம் பலகை என்றபோதுதான் நம்ப முடியாமல் இருந்தது. மதிய உணவைப் புனிதா தயார் செய்யத் தொடங்கினார். வீட்டைச் சுற்றிப் பார்த்தோம். புற்கள் சீராக வெட்டப்பட்டிருந்தன.

வெளியில் இரண்டு குப்பைத் தொட்டிகள் மக்கும் குப்பை, மக்காத குப்பை என நினைத்துக்கொண்டேன். வீட்டின் முன்பகுதியில் மலர்கள் பூக்கும் செடிகள், சீரான புல்வெளியெனச் செம்மையாகக் குப்பையற்று இருந்தது.

“மகேந்திரன்...ரொம்ப நல்லா இருக்கு தம்பி வீடு. ரொம்ப சுத்தமா அழகா பராமரிச்சு இருக்கீங்க” என்று பாராட்டினேன்.

“அக்கா சரியாக வீட்டைப் பராமரிக்கவில்லையென்றால் அபராதம் விதித்திடுவார்கள். அதனால் நாங்களே பார்த்துப், பார்த்துச் செய்துவிடுவோம். மூன்று மாதத்திற்கு ஒரு முறை வீட்டைச் சுற்றிலும் பூச்சி மருந்து அடிக்கப்படும்.

எல்லா வேலையும் சீராக நாம் பார்க்கவேண்டும். இல்லை யென்றால் ஆள்கள் நியமிக்கலாம். அதிகச் செலவு என்பதால் அவர்களே பார்த்துகொள்வதாய்த் தம்பி மகேந்திரன் சொன்னார்.

அவரவர் உழைப்பு என்ற போது எது தேவை? எது தேவையற்றது? எது ஆடம்பரம்?, எது சிக்கனம்,? என்பதெல்லாம் புரிந்துவிடுகிறது. அதைக் காலம், பணம், சூழ்நிலை, அந்நிய நாடு, உழைப்பு, எதிர்காலம் இவையெல்லாம் நமக்கு சொல்லாமல் சொல்லித் தந்து விடுகின்றன பல நல்ல விஷயங்களையும், கெட்ட விஷயங்களையும்.

மதிய உணவு அசைவத்திலும், சைவத்திலும் வகை,வகையாய் ருசியாகச் சமைத்திருந்தார். நன்றாகச் சாப்பிட்டுவிட்டு கம்மிங்கிலிருந்து டவுன் டவுன் கிளம்பினோம்.

போகிற வழியில் படேல் பிரதர்ஸ் சூப்பர் மார்க்கெட்டுக்குச் சென்றோம். இந்திய மளிகைப் பொருள்கள், காய்கள், பழங்கள், மாமிசங்கள், மீன்கள், இறால்கள் எல்லாம் கிடைத்தன. இங்கு ஆர்டர் செய்தால் டோர் டெலிவரி உண்டு. எங்களுக்கான பொருள்களை இங்கேதான் வாங்குவோம் என மகன் ரிதன் சொன்னான்.

பக்கத்தில் ரஜினி என்ற பெயரில் சென்னையைச் சேர்ந்தவர்கள் உணவகம் வைத்திருந்தார்கள்.. அங்கே உணவு சிறப்பாக இருந்தது. செட்டிநாட்டு மசாலாவின் சுவையில் அசைவ உணவும் சைவ உணவும் நாவில் ஒட்டிக்கொள்ள வைத்தது.

அவுட்லெட் மால் Outlet Mall:

மிகப்பரந்த இடத்தில் தரைத்தளம் முழுவதும் கடைகள், பலவிதமான பூக்கடைகள், செருப்புக் கடைகள், கண்ணாடிக் கடைகள், அலங்காரப் பொருள்கள், பியூட்டி பார்லர்கள், உணவகங்கள் ஆர்ட் கேலரிகள், ஷூக்கடைகள், ஆடையகம், சாக்லேட் கடைகள், இனிப்பகங்கள், பேக்கரிகள் பலவிதமான கடைகள் நிறைந்திருந்தன. எல்லாம் பார்க்க மட்டுமே முடிந்தது. அவுட்லெட் மாலிற்குள் உள்ளே நுழைந்தால் எல்லாப் பொருள்களையும் வாங்கிச் சென்றுவிடலாம். நம்ம ஊரில் உள்ள மால்களைப் போல அடுக்குமாடிகளில் இல்லாமல் தரைத்தளத்தில் பல்வேறு கடைகள் நிறைந்திருக்கின்றன.

எல்லாப் பொருள்களும் இந்திய மதிப்பிற்கு விலை அதிகம். எல்லா பிராண்டும் சென்னையிலும் கிடைக்கிறது. அடிக்கடி நான் கடைக்குச் செல்வதால் விலையை ஒப்பிட்டுப் பார்க்க முடிந்தது.

எனக்குள்ளே நானே சீச்சி.. இந்தப் பழம் புளிக்கும் என்று ஆறுதல் சொல்லிக்கொண்டேன்.

அட்லாண்டா அக்வேரியம் :

உலகில் மிகப்பெரிய நீர்வாழ் உயிரினங்களின் அருங்காட்சியகம் உள்ளது. 85 லட்சம் காலன் நீரில் 500க்கும் மேற்பட்ட உயிர் வகை இனங்களில் ஒரு லட்சத்து 20 ஆயிரத்திற்கு மேற்பட்ட நீர்வாழ் விலங்குகளுக்கான அருங்காட்சியகம் அட்லாண்டாவில் 2005 நவம்பரில் அமெரிக்க அரசால் திறக்கப்பட்டது.

இந்த நீர்வாழ் விலங்குகளைக் காண்பதற்காக மிகப்பெரிய ஜன்னல் அமைக்கப்பட்டிருக்கிறது. இது உலகத்தின் இரண்டாவது இடத்தைப் பிடித்துள்ளது. 23 அடி உயரமும் 61 அடி அகலமும் மூன்றையடி தடிமன் கொண்ட கண்ணாடியால் செய்யப்பட்ட மிகப்பெரிய அக்வேரியம். பயணச்சீட்டு எடுத்துக்கொண்டு விரைந்தோம். கூட்டம் நிறைந்திருந்தது. முதல் கவுண்டருக்குள் உள்ளே நுழைந்தோம். குகை வடிவத்தில் அண்டர் கிரவுண்ட் பகுதிக்குள் சென்றது.

டால்பின் காட்சி என்பதால் மிகப்பெரிய நீச்சல் குளம் இருந்தது. குளத்திற்கு அருகில் அமர்ந்தால் நீர் விழுந்து உடை நனைந்துவிடும். ஐந்து ஆறு வரிசை தாண்டித் தள்ளி அமரலாம் என்றான் மகன். இதுவரை தொலைக்காட்சியில் மட்டுமே பார்த்திருந்த டால்பின் விளையாட்டுக் காட்சியை நேரில் பார்க்கப் போகிறோம் என்றவுடன் குதூகலித்தது.

முதலில் இரண்டு பெண் பயிற்சியாளர் நீச்சல் குளத்தில் அமைக்கப்பட்ட இரு கதவுகளைத் திறந்தனர். கொழுகொழு வென, வழவழப்பான இரு டால்பின்கள் வந்த உடன் பார்வை யாளர்கள் ஓவெனக் கத்தித் தங்கள் மகிழ்ச்சியை வெளிப்படுத்தினர், பயிற்சியாளர் சொல்லச்சொல்ல துள்ளிக்குதித்து டைவ் அடித்துத் திக்குமுக்காடச்செய்தன.

மேலும் இரண்டு பயிற்சியாளர்கள் வந்தார்கள். இன்னும் இரண்டு டால்பின்கள் வந்தன. நான்கு டால்பின்கள் பந்து விளையாடியன, தங்கள் பயிற்சியாளர்களை அதன் வாயால் தூக்கிக்கொண்டு சுற்றின. பயிற்சியாளர் ஒவ்வொரு பயிற்சிக்குப் பின்னும் சிறுசிறு மீன்களைப் பரிசளித்துக்கொண்டேயிருந்தார்.

இந்தப் பசி எவரையும் எத்தனை விதமான குறளி வித்தையையும் செய்யத் தூண்டிவிடும் என்று எனக்குள் சொல்லிக்கொண்டேன்.

அதேபோல் சீல் விளையாட்டுக் காட்சியைக் கண்டுகளித்தோம். பயிற்சியாளர் சொல்லச் சொல்ல பல நடை போட்டு நடந்து காட்டி எங்களைக் கவர்ந்தது.

சீல் விளையாட்டில் ஒரு கண்ணும் அங்குள்ள காதல் ஜோடிகளின் முத்தப் பரிமாற்றத்தில் ஒரு கண்ணும் வைத்து பார்த்ததில் எனக்குத் தனித்த சுகம்.

அடுத்த பகுதிக்குச் சென்றோம் திமிலங்கள், சுறாக்கள் என காட்சியளித்தன. கடலுக்குள் இருப்பதைப்போன்ற உணர்வு. தலைக்கு மேல் ஒரு சுறா செல்லும், வலக் கைப்பக்கம் மற்றொரு சுறா வியப்பில் நெக்குருகி நின்றோம்.

அமெரிக்க அரசின் உழைப்பையும்,வடிவமைப்பையும் சுறாக்கள் கண்ணாடியை உடைத்துக்கொண்டு வரமுடியாதபடி வடிவமைத்த

விதம் பாராட்ட வைத்தது. அடுத்த பகுதிக்குச் சென்றால் எண்ணற்ற கடல்வாழ் உயிரினங்கள் வெள்ளை முதலை, ஆமை, ஆக்டோபஸ், கடல்குதிரை, ஜெல்லி பிஷ், பெயர் தெரியாத நூற்றுக்கு மேற்பட்ட அழகிய மீன்கள் காட்சியளித்தன.

வண்ணப் பறவைகள் அடுத்த தளத்திலும், பூச்சிகளைக் காணும் வேளையில் மட்டும் உடம்பெல்லாம் ஊர்வது போல்

எனக்குள் பயம் ஒட்டிக்கொண்டது. இன்னும் சுற்றுலாவாசிகளைக் கவரும் வண்ணம் பென்குயின், பறவைகளோடு புகைப்படம் எடுத்துக்கொள்ளக் கீழ்த்தளத்தில் தவழ்ந்0து சென்று மேலே எட்டிப் பார்த்தால் அதன் கண்ணாடிக் குடுவைக்கு அருகில் நிற்போம்.

வெளியில் உள்ள நம் சொந்தங்கள் புகைப்படம் எடுத்துக் கொள்வார்கள். அதுவும் மகிழ்ச்சி அளித்தது. அதே நேரத்தில்

துர்நாற்றம் எழுந்தது. ஒவ்வோர் இடத்திலும் அந்த உயிரினத்தின் தோற்றத்தைப் பற்றிய வரலாறு எழுதப்பட்டிருந்தது. மிகப்பெரிய மகிழ்ச்சியையும் நிறைவையும் அளித்தது.

கொக்கோகோலா தொழிற்சாலை :

20 ஏக்கர் பரப்பளவில் 1980 இல் கொக்கோகோலாத் தொழிற்சாலை ஆரம்பிக்கப்பட்டது இதனை அட்லாண்டாவைச் சேர்ந்த மருந்தாளர் டாக்டர் ஜான் பெம்பாடன் என்பவரால் மிகவும் பிரபலமான குறிப்பிட்ட சுவையான குளிர்பானத்தைத் தயாரித்தார்.

அதன் பிறகு கொக்கோ கோலாவை வடிவமைத்தது பிராங்க் எம்ராபின்சன் ஆவார்.

இரண்டு ஆள்கள் உயரமுள்ள பெரிய கொக்கோகோலா பாட்டில் சிவப்பு நிறத்தில் வடிவமைக்கப்பட்டிருந்தது. ஆன்லைன் டிக்கெட் புக் செய்திருந்தோம். உள்ளே சென்ற உடன் கொக்கோகோலா தயாரிக்கும் முறைகளைப் பற்றியும் தோற்றம், வளர்ச்சி பற்றிய குறும்படம் காண்பிக்கப்பட்டது.

அதன் பின் தொழிற்சாலை முழுவதையும் காரின் மூலம் சுற்றிப் பார்த்தோம். ஆயிரத்திற்கும் மேற்பட்ட கொக்கோகோலா கலைப்பொருள்கள் , சோடா நீர் ஊற்றுகள் தயாரிக்கும் முறை, டின், பாட்டிலில் அடைக்கப்படும்வரை கண்டுகளித்தோம்.

22 வெவ்வேறு குளிர்பான பிராண்டுகள் பல சுவையில் கொக்கோகோலாவைக் குடிக்க அனுமதி அளிக்கப்பட்டிருந்தது.

நேரடியாகத் தயாரிக்கும் இடத்தில் குடிக்கும்0போது கொஞ்சம் நன்றாகத்தான் இருந்தது. தமிழ்நாட்டில் பல ஆறுகள் இந்தக் கோலா தொழிற்சாலையால் நிர்மூலம் ஆன கதை தெரிந்ததால் ஒப்பவில்லை எனக்கு.

7. இலக்கிய ஆளுமைகள்

பயணம் பின்னோக்கிப் பார்த்தால் மட்டுமே கவர்ச்சியானது.

- பால் தெரூக்ஸ்

பான்ஸ் Ponce City

PonceCity என்பது ஒரு மால். பழைமையும், புதுமையும் கலந்த முறையில் வடிவமைக்கப்பட்டிருந்தது. பழங்குடி களின் வேலைப் பாடு நிறைந்த சித்திரங்கள், கலைச் சிற்பங்கள், ஆடைகள், உணவுக் கடைகள் நிறைந்திருந்தன. பழங்குடிகளை விரட்டிவிட்டு இரயில் பாதையை அமைத்தார்கள் என்று படித்த நினைவுகள் வந்து சேர்ந்தன. அங்கே உள்ளவரிடம் அந்தப் பழங்குடி மக்கள் இன்னும் இருக்கிறார்களா? எங்கே இருக்கிறார்கள்? என்று கேட்க வேண்டும் போல் தோன்றியது. எவரும் பேசுவதற்கு முன் வருவதாக இல்லை எல்லோரும் அவரவர் பணியைச் செய்துகொண்டிருந்தார்கள்.

எனக்கும் ஆங்கிலம் சரளமாக வராத காரணத்தால் என்னாலும் கேட்க முடியவில்லை. அந்தப் பழங்குடிகளைச் சுமந்துகொண்டு அங்கும் இங்கும் சுற்றி எல்லாவற்றையும் பார்த்துக்கொண்டிருந்தோம். எல்லா மொழிகளையும் கற்றுக்கொள்ளவேண்டும், அங்கிருக்கும் மக்களின் பாடுகளையும்,அவர்களின் பாரம்பரியத்தையும் உணர முடியும் ஒருமொழியை உருவாக்க எவ்வளவு பாடுகளைப் பெற்றிருப்பார்கள். சைகை, ஒலி வடிவம், அதற்கான வார்த்தைகள், வரிவடிவம், எழுத்துவடிவம் இவற்றை எல்லாம் என்னும் வேளையில் அவர்களின் உழைப்பை உச்சிமுகாரமல் இருக்க முடியவில்லை. ஒரு மொழியை எளிதாக உதறிவிட்டுச் செல்லுதல் முறையல்ல என்ற தத்துவச் சிந்தனைகள் உதித்துக்கொண்டிருந்தன. இந்த நேரத்தில் பல இலக்கியங்களைத் தமிழில் மொழிபெயர்த்த பல எழுத்தாளர்களின் உழைப்பையும் எண்ணிப்பார்க்கத் தோன்றியது.

என் மகன் மெக்சிகன், அமெரிக்க உணவு வகைகளை ஆர்டர் செய்திருந்தான். பிடித்தும், பிடிக்காமலும் இருந்தது.

இங்கே உள்ள பலரும் சத்து இல்லாத சிக்கனையும், டாக்கோவையும், பர்கரையும் ருசித்துச் சாப்பிட்டுக்கொண்டிருந்தனர். அவர்களைவிசித்திரப் பிராணிகளைப்போல் பார்க்கத் தோன்றியது.

எல்லோரும் வெளிப்புறத்தில் எலக்ட்ரிக் ஸ்கூட்டர் ஓட்டிக் கொண்டிருந்தனர். தசாவதாரம் படத்தில் கமல் ஓட்டி வரும்போதே ஆசையாக இருந்தது. மகனிடம் தெரிவித்தேன். ஆன்லைன் வழியாகப் பணம் செலுத்தி, அதன் பிறகே பூட்டப்பட்ட லாக் திறந்தது. முதலில் ஓட்ட சிரமப் பட்டேன். நான் விழுந்து விடுவேன் என்று கூடவே என் மகன் ரிதன் வியர்க்க, வியர்க்க ஓடி வந்தான்.

பேலன்ஸ் வந்தவுடன் நானே ஓட்ட ஆரம்பித்தேன்.

'ஒரு பட்டாம்பூச்சி நெஞ்சுக்குள்ளே சுற்றுகிறது' என்ற பாடலைப் பாடியபடியே பரவசமாக ஓட்டி மகிழ்ந்தேன்.

நெசல்சன் மண்டேலா:

இந்தப் பூங்கா திறந்தே இருந்தது. பசுமை சூழ்ந்த பகுதியில் மண்டேலா சிற்பம் அமைந்திருந்தது.

இது 1987இல் டேவிட் ஹம்மன்ஸால் என்பவரால் உருவாக்கப் பட்டது. நெல்சன் மண்டேலா தனது மக்களையும் தென்னாப் பிரிக்காவையும் அமைதி மற்றும் சுதந்திரத்தை எண்ணியதால் அதனைப் போற்றும் விதத்தில் இந்த வாசகம் கிரானைட் பாறையின் முகத்தில் FREE NELSON MANDELA என்ற வாசம் பொறிக்கப்பட்டிருக்கிறது. சுதந்திரமாக மக்கள் சென்று வர வேண்டும் சுதந்திரமாக இருக்க வேண்டும் என்ற உணர்வை அவர் தெரிவித்ததன் காரணமாக இந்தப் பூங்காவானது திறந்தே இருக்கிறது. பீட்மாண்ட் பூங்காவின் தெற்குமுனையில் ஓக் மரங்களிடையில் இந்த நினைவுச்சின்னம் அமைந்துள்ளது.

மார்ட்டின் லூதர் கிங்:

அட்லாண்டாவின் ஸ்வீட்ஆபர்னிலுள்ள மார்ட்டின் லூதர் கிங் ஜூனியர் தேசிய வரலாற்றுப் பூங்காவிற்குச் சென்றோம். 35 ஏக்கர் பரப்பளவைக் கொண்ட மிகப்பெரிய பூங்கா. அமைதிப் புறாவைப் பறக்கவிட்டபடி மார்ட்டின் லூதர் சிலை நம்மை அன்போடு வரவேற்றது. ஆபர்ன் அவென்யூவில் 504 உள்ள மாட்டின் லூதர் கிங் பிறந்த இல்லத்தை கண்டு களித்தோம். அங்கு அவருடைய புகைப்படங்கள் அவர் பயன்படுத்திய பொருள்கள் போன்றவை காட்சிப்படுத்தப்பட்டிருந்தன.

மார்ட்டின் மற்றும் பலரின் மெழுகு உருவச்சிலைகளும் ஒரு அறையில் நடப்பதைப்போல், நிற்பதைப்போல் கேசுவல் நிலையில் காட்சியளித்தது. அது மிகவும் சிறப்பாகத் தத்ரூபமாக இருந்தது.

அவரின் வாழ்க்கை வரலாற்றை ஒரு குறும்படமாகக் கண்டோம் 1960 மார்டின் லூதர் கிங் அட்லாண்டாவில் பிறந்து வளர்ந்தார் என்பதும் சமூக உரிமைப் போராட்டங்களை நடத்தினார் என்பதும் அதன் வழியே ஆப்பிரிக்க அமெரிக்கர்கள் அட்லாண்டா வந்து சேர்ந்தார்கள். அமெரிக்காவின் கருப்புத் தலைநகரம் அட்லாண்டா என்ற சிறப்புப் பெயரை பெற்றிருந்தது. மேலும் அட்லாண்டா

உள்நாட்டுப் போரில் பல கட்டடங்கள் சிதைக்கப்பட்டன.1954 இல் பிரவுன் வி போர்டு ஆப் எஜுகேஷன் என்ற முக்கியமான நீதிமன்றத் தீர்ப்பால் சட்டங்கள் மாற்றியமைக்கப்பட்டன. அமெரிக்காவில் சமூக உரிமை இயக்கம் தொடங்கப்பட்டது என்பதையும் அறிய முடிந்தது. அதன் பிறகு ஆபர்ன் அவென்யூ 407 ல் எபினேசர் பாப்டிஸ்ட் சர்ச்சுக்குச் சென்றோம். கிங் ஞானஸ்நானம் பெற்றுப் பிரசங்கித்த இடமது. 449 ஆபர்ன் அவென்யூ மார்ட்டின் லூதர் கிங் ஜூனியர் வன்முறையற்ற சமூக மாற்றத்திற்கான மையம் நிறுவப்பட்டு உள்ளது. கொரெட்டா ஸ்காட் கிங்கால் நிறுவப்பட்டது, கண்காட்சிகள் மற்றும் நிகழ்ச்சிகள் நடைபெறும். மார்ட்டின் லூதர் கிங் ஜூனியர் கல்லறை மனைவியின் கல்லறையும் உள்ளது கண்காட்சிகள், பரிசுக் கடை மற்றும் நோக்குநிலை மையம்.வரலாற்றுத் தீயணைப்பு நிலையம் . (334 ஆபர்ன் அவென்யூ) உள்ளது.. மிகப்பெரிய பரப்பளவைக் கொண்ட அந்தப் பூங்காவில் நடந்து நடந்து கால்கள் ஓய்ந்துவிட்டன. ஓர் அமைதியை சமாதானத்தை இனவெறியை அழிப்பதற்கு எவ்வாறெல்லாம் அவர் முயற்சித்திருக்கிறார் என்று நினைக்கும்போது வந்த கால் வலிகூட மறந்து போய்விட்டது.

இரு கரங்கள் இணைந்தபடி ஒரு கல் தூண் அமைக்கப்பட்டிருந்தது. அவற்றில் மார்டின் லூதர் கிங் நேஷனல் ஹிஸ்டாரிக்கல் சைட் என்ற வாசகமும் அவரின் புகைப்படம் பொறிக்கப்பட்டிருந்தது. இதைவிட எனக்கு மிகவும் பிடித்தது ஒரு கட்டுமஸ்தான உடல் கொண்ட மார்ட்டின் லூதர் கிங் பிறந்த குழந்தையை வானோக்கிக் காண்பிப்பதைப் போல் ஒரு சிலை அமைக்கப்பட்டு இருக்கும் அது மிகவும் கவர்ந்தது. சர்வதேச உலக அமைதியை பேணும் வகையில் ரோஜாப் பூங்காவுக்கு மத்தியில் மோகன்தாஸ் கே காந்தி நினைவஞ்சலிக் கூடம் அங்கே காண முடிந்தது. நமது தேசத்தந்தை, கருணாமூர்த்தி அஹிம்சையை நிலை நாட்டத் தன்னை எவ்வாறு எல்லாம் அர்ப்பணித்து உள்ளார் என்பதையும் சேர்ந்தே புரிந்து கொள்ள முடிந்தது.

இலக்கியவாதிகள் :

ரிதன் இங்கே உள்ள இலக்கிய ஆளுமைகள் பெயர் தெரியுமா? என்றேன்.

மார்ட்டின் லூதர் கிங் புகைப்படத்திற்கு அருகில் கவிஞர் எழுத்தாளர் மாயா ஏஞ்சலோ அவர்களின் புகைப்படத்தைப் பார்க்க முடிந்தது. ஆம் அம்மா செயிண்ட் லூயிஸில் மிசோரில் மாயா ஏஞ்சலோ பிறந்திருந்தாலும் அவர் படித்தது கற்பித்தது அட்லாண்டாவில்தான் என்றான் மற்றும் சிவில் உரிமைகள் செயல்பாட்டிற்காகப் புகழ் பெற்றவர். கிறிஸ்தவத் தலைமைத்துவ மாநாட்டு ஒருங்கிணைப்பாளர், எகிப்து மற்றும் கானா நிருபர் இயக்குநர், எழுத்தாளர், நடிகை, கவிஞர், நடன கலைஞர் மற்றும் பன்முகத் திறமைகொண்ட பேச்சாளர். கருப்பினப் பெண்களுக்காய்க் குரல் கொடுத்தவர். கூண்டில் வைக்கப்பட்ட பறவை ஏன் பாடுகிறது என்ற கவிதைத் தொகுப்பு மிகவும் பிரபலமானது. பல விருதுகளையும் பெற்றுத்தந்துள்ளது. ஏழு

சுயசரிதையை அவர் எழுதியுள்ளார். என்றான். அவர்களுடைய வாழ்க்கை வரலாறு உனக்குத் தெரியுமா? பாட்டியினால் வளர்க்கப்பட்டுப் பின் அம்மாவினுடைய காதலனால் கொடூரமாகக் கற்பழிக்கப்பட்டு அதனைத் தன்னுடைய சகோதரனிடம் தெரிவித்த போது அவருடைய மாமாக்கள் அவனைக் கொன்றதைக் கண்ணால் பார்த்ததன் பின் அவர் பேசுவதை மறந்துவிட்டார். அவருடைய சுயசரிதையில் எழுதி இருப்பார். என் குரல் அவரைக் கொன்றது. ஏழு வருடக் காலம் ஊமையாகவே இருந்ததாகவும், அந்தச் சமயத்தில் பல புத்தகங்களை அவர் படித்தார் என்றும் அவருக்கு மிகப் பிடித்த எழுத்தாளர்கள் சார்லஸ் டிக்கன்ஸ், வில்லியம் ஷேக்ஸ்பியர், எட்கர் ஆலன்போ போன்றோர். அதன் பிறகு ஆசிரியர் மற்றும் தோழியின் மூலமாக மெல்ல மெல்லப் பேசத் தொடங்கினார் என்று அவர் சுயசரிதையில் குறிப்பிட்டுள்ளார். அதன் பிறகு தொடர்ந்து சமூகப் பணி, இசை, நடனம், எழுத்து என விடாமல் கற்றுக் குறும்பட இயக்குநராய் நடிகையாய் வெளிவந்தார். 1968 இல் மார்டின் லூதர் கிங் அவருடன் இணைந்து பிரச்சாரம் செய்தார். ஜார்ஜியா பல்கலைக்கழகத்தில் வருகை பேராசிரியராய்ப் பணிபுரிந்தார். நாடகங்கள், ஆவணப் படங்கள் இயக்குவதைப் பற்றிக் கற்றுத் தந்ததாய் செய்திகள் உள்ளன. சூப்பர் அம்மா என்றான். “உங்களுக்கு மட்டும்தான் சொல்லத் தெரியுமா நானும் சொல்றேன் பாருங்க”

★ஆலிஸ்வாக்கர் என்ற மற்றோர் இலக்கியவாதி ஜார்ஜியாவில் உள்ள ஈட்டன்டனில் பிறந்தார், ஆனால் அட்லாண்டாவில் வசிக்கிறார். புலிட்சர் பரிசு பெற்ற எழுத்தாளர் மற்றும் கவிஞர், "தி கலர் பர்பில்" க்குப் பெயர் பெற்றது. இவருடைய எட்டு வயதில் கண்ணில் அடிபட்டுக் கண் பார்வைக் குறைவு ஏற்பட்டது. அதன் பிறகு அவர் தனிமைக்கு நாடினார். அந்தச் சமயத்தில்தான் பல்வேறு புத்தகங்களை அவர் படிக்க வாய்ப்புக் கிடைத்தது. அதன் பிறகு அறுவைச் சிகிச்சைக்குப் பிறகு தெளிவான பார்வை கிடைத்தது. தொடர்ந்து படிப்பதும் எழுதுவதும் சமூகப் பணிகளைச் செய்வதும் சிவில் உரிமை போராட்டத்தில் தன்னை உட்புகுத்திக் கொண்டதுமாக இருந்து யூத இளைஞனை மணந்து பழைமைவாதிகளிடம் எதிர்ப்பைச் சம்பாதித்து அதனால் தாக்கப்பட்டார். ஆனால் சிறிதும் தளரவில்லை. தொடர்ந்து சமூகப் பணியையும் கருப்பின மக்களுக்கு எதிராக நடக்கும் வன்முறைகளையும் எதிர்த்துக் குரல் கொடுத்தார். மார்டின் லூதர் கிங் ஜூனியரைச் சந்தித்துச் சமூகப் பணியில் ஈடுபட்டார். ஒபாமா பதவி ஏற்ற போது பாராட்டு மடல் எழுதி அனுப்பினார் ஒடுக்கப்பட்ட மக்களுக்காய்க் குரல் கொடுத்து நின்றார். ஈராக் போருக்கு எதிராகக் குரல் கொடுத்துச் சிறை சென்றார். இஸ்ரேலுக்கு எதிராகப் பரப்புரை செய்தார் இவருடைய நூல்கள் 24 மொழிகளில் மொழிபெயர்க்கப்பட்டன. அந்த வருமானத்தை ஆப்பிரிக்காவில் வாழும் எய்ட்ஸ் நோயாளிக்கு நன்கொடையாக அளித்தார். சபாஷ் ரிதன்

★கெவின் யங்★ நெப்ராஸ்காவின் லிங்கனில் பிறந்தார், ஆனால் வளர்ந்தது அட்லாண்டாவில்.

கவிஞர் மற்றும் எழுத்தாளர், "ஜெல்லி ரோல்" மற்றும் "புக் ஆஃப் ஹவர்ஸ்" தொகுப்புகளுக்குப் பெயர் பெற்றவர்.

★ஜெரிகோ பிரவுன்★ லூசியானாவின் ஷ்ரெவ்போர்ட்டில் பிறந்தார். ஆனால் அட்லாண்டாவில் வசிக்கிறார். கவிஞர் மற்றும் எழுத்தாளர். அவரது தொகுப்புகள் "தயவுசெய்து" மற்றும் "பாரம்பரியம்"

★தெரசா டேவிஸ்★ அட்லாண்டாவில் பிறந்து வளர்ந்தவர் கவிஞர் மற்றும் எழுத்தாளர். "புயலுக்குப் பிறகு" மற்றும் "வாழ்க்கையின் கவிதை" தொகுப்புகளுக்குப் பெயர் பெற்றவர்

★நடாஷாட்ரெத்வே★ மிசிசிப்பியின் கல்ஃபோர்ட்டில் பிறந்தார், ஆனால் அட்லாண்டாவில் உள்ள எமோரி பல்கலைக்கழகத்தில் கற்பிக்கிறார்.

புலிட்சர் பரிசு பெற்ற கவிஞர் மற்றும் எழுத்தாளர். அவரது "நேட்டிவ் கார்ட்" மற்றும் "அமெரிக்கன் சொனெட்ஸ் ஃபார் மை பாஸ்ட் அண்ட் ஃப்யூச்சர் அசாசின்ஸ்" ஆகிய தொகுப்புகளுக்குப் பெயர் பெற்றவர். 1980 இல் அட்லாண்டா கவிஞர்களால் ஜாவா மங்கி காபி ஷாப்பில் கவிஞர்கள் இணைந்து கவிதை தொடர் வாசிப்பு நிகழ்ச்சி நடைபெற்றது. கலை அமோக் என்ற ஒரு கவிதை அமைப்பு இலக்கிய விழாக்களை நடத்துகின்றன. Decatur என்ற அமைப்பு புத்தகத் திருவிழா, கவிதை வாசிக்குப் பட்டறைகள், விவாதங்கள், ஆண்டு விழாக்கள் போன்றவை நடத்துகின்றனர். ஜாஸ் குழு கவிதை விழா கவிதை நிகழ்ச்சி போன்றவையும், தேசிய கருப்பு கலை விழா ஆப்பிரிக்க அமெரிக்கக் கலைகளை போற்றும் விதமாகவும் நிகழ்வு நடத்தப்படுகிறது என்றான்.

சில இலக்கியவாதிகளின் பெயரில் சாலைகள்,தெருக்கள் உள்ளன என்றான் மகன். எப்படிடா தம்பி இப்படி என்று வாயைப் பிளந்தபடி கேட்டுக்கொண்டிருந்தேன்.

அமெரிக்காவைப் பொறுத்தவரை சுற்றுலாப் பயணிகள் அந்தந்தப் பகுதியின் வரலாற்றையும்,செல்லும் வழியையும் தெரிந்து கொள்ளும்படி பலகையில் எழுதப்பட்டிருப்பது சிறப்பாகவும் உதவியாகவும் இருந்தது.

நியூயார்க் பயணம் :

அட்லாண்டாவிலிருந்து நியூயார்க் செல்லத் திட்டமிட்டிருந்தான் ரிதன். கொண்டு வந்திருந்த பொருள்கள் எல்லாவற்றையும் கவனமாக எடுத்துவைத்துக்கொண்டோம். வாடகை எடுத்துக் காரை ஒப்படைத்துவிட்டு வந்தார்கள். கௌசிக் குடும்பம் இரண்டு நாள்கள் தங்கிவிட்டு இலண்டன் செல்வதாகச் சொன்னார்கள். நாங்கள் எடுத்த வீட்டிற்கான தொகைப் பங்கீட்டை கௌசிக்கிடம் கொடுத்துவிட்டுப் புறப்பட்டோம்.

அட்லாண்டா விமான நிலையத்திலிருந்து நியூயார்க் செல்ல மூன்று மணிநேரம் ஆனது. விமானத்திற்குரிய எல்லாச் செயல்முறையும் முடித்து நியூயார்க் அடைந்தோம்.

நியூயார்க்கும் பொதுப்போக்குவரத்தும் :

அட்லாண்டாவைப் போல் அல்ல, பொதுப் போக்குவரத்து இங்கே அதிகம். மக்கள் தொகையும் அதிகம். விமானநிலையத்தை விட்டு வெளியே வந்தவுடன் பேருந்து வந்தது.

இரயில் மற்றும் பேருந்துப் பயணச்சீட்டு முதல் முன்பதிவு ஆன்லைன் வழியாகப் பதிவு செய்துகொள்ளலாம்.

எங்களுக்குரிய இடத்திற்குச் செல்லக்கூடிய பேருந்து வந்ததும் ஏறிக்கொண்டோம். ஓட்டுநர் இடத்திலும் gpay செய்து பயணச்சீட்டு எடுத்துக்கொள்ளலாம். எல்லாமே இங்குக் கணினி மயம்தான்.

எங்களுக்குரிய இரயில் நிலையத்தில் இறக்கி விட்டுக் கிளம்பியது பேருந்து. நியூயார்க் இரயில் நிலையம் மும்பை நகரத்து இரயில் நிலையத்தைப் போல் பரபரப்போடு, மக்கள் கூட்டம் நிறைந்திருந்தது. சுத்தமாகவும் நவீன வசதியோடும் இருந்தது.

மிகப்பெரிய இரயில்நிலையம்,கடைகள் நிறைந்திருந்தன.இசைக் கலைஞர்கள் இசையை வாசித்தபடியே பாடிக்கொண்டிருந்தனர்.

ஏற்கெனவே நண்பர்கள் வழியாக ஆலோசனை கேட்டு வந்திருந்த மகன், அங்கே உள்ள கணினி திரையில் ஜெர்சி சிட்டி போவதற்கான இரயில் எண்ணையும் பாதையையும் கண்டறிந்து அழைத்துச்சென்றான்.

அவனும் இப்போதுதான் எங்களோடு முதல் முறையாக நியூயார்க் வருகிறான். வழி அறிந்து சென்றாலும் அவனுக்கு ஏதோ சந்தேகம் வந்ததைப் போல் உணர்ந்தான். அங்கே உள்ளவர்களிடம் ஜெர்சி சிட்டி போகும் இரயில் இங்கே வருமா? என்று கேட்டுக் கொண்டிருந்தான். அவர்கள் இல்லை அடுத்த நடைமேடை என்று அவர்கள் அறிவுறுத்த. அடுத்த நடைமேடைக்கு நகர்ந்தோம். நான் சலித்துக் கொண்டேன்.

'ஏன்டா ஒரு கார் பிடித்துப் போய் இருக்கலாமே' என்றேன். 'அதிகச் செலவு ஆகும் அதனால்தான் பொதுப் போக்குவரத்தை பயன்படுத்திக் கொள்ளலாம்' என்று நினைத்தேன். நம்ம ஊரில் இருப்பதைப் போல் கூட்டமாக இருக்காது, எத்தனை இருக்கை

உள்ளதோ அத்தனை ஆள்களை மட்டுமே ஏற்றிச்செல்வார்கள் என்றான்.

நான் ஏன் ஒன்றுக்கு இரண்டு முறை கேட்கிறேன் என்றால், இங்கே தவறாக இரயில் ஏறிவிட்டால் எங்கோ சென்று இறக்கிவிட்டு விடும். திரும்பி வருவது மிகச் சிரமமாக இருக்கும் என்று என் நண்பர்கள் கூறினார்கள். அதனால் ஒன்றுக்கு இரண்டு முறை விசாரித்து ஏறும்படி சொன்னார்கள். என்றான். ஒரு வழியாக இரயில் ஏறி எங்களுக்குரிய இடத்திற்குச் சென்றோம் .

நாங்கள் பதிவு செய்த வீட்டிற்குச் செல்வதற்கு வேறொரு பேருந்தில் செல்ல வேண்டும். இங்கே என்னவென்றால் இரயில் நிலையத்திற்கு உள்ளே பேருந்து வந்துவிடுகிறது. நாம் அந்தப் பேருந்து எண்ணைச் சரியாகப் பார்த்து ஏற வேண்டும். அதன்படியே ஏறிக்கொண்டோம்.

நியூஜெர்சி சிட்டி :

நாங்கள் பதிவு செய்திருந்த வீட்டின் பகுதியில் பேருந்தானது இறக்கிவிட்டுக் கிளம்பியது. சிறிது தூரத்திலே அந்த அடுக்ககம் வந்துவிட்டது. உள்ளே நுழைந்து சாவியை எடுப்பதற்கு மிகவும் சிரமப்பட்டோம்.

அவர்கள் ஆன்லைனில் குறிப்பிட்ட எண்ணைப் பதிவு செய்தோம். அதன் பிறகு அந்த லீவரை இழுத்துச் சாவியை வெளியே எடுக்க வேண்டும். ஆனால் லீவரை இழுத்தும் சாவி எங்கள் கையில் அகப்படவே இல்லை. யாரும் உதவி செய்வதற்கு ஆள்களும் கிடையாது. கதவுகள் எல்லாம் மூடப்பட்டிருந்தன. சாலையோ மிகவும் அமைதியாக இருந்தது.

அந்த ஆன்லைனில் குறிப்பிட்ட நம்பருக்குக் கால் செய்துக் பார்த்தான். ஆனால் அவர்கள் எடுக்கவேயில்லை. மீண்டும் ஒருமுறை முயற்சித்தோம். லீவரைத் திறந்து ஒரு தட்டு தட்டினேன். சாவி கீழே வந்து விழுந்தது. அப்பாடா என்று இருந்தது.

ஒரு படுக்கை அறை ஒரு வரவேற்பறை, சமையல்கூடம், கழிப்பறை என்று வசதியோடு இருந்தது. சமைப்பதற்குத் தேவையான பாத்திரங்கள் எல்லாம் இருந்தன. அப்பாடா

என்று அமைதியாகச் சில நிமிடம் உட்கார்ந்திருந்தோம். பிறகு குளித்துவிட்டு அருகில் ஏதாவது ஓட்டல் இருக்கிறதா என்று ஆன்லைனில் தேட அருகில் உணவகத்தைக் காட்டியது நடந்தே சென்றோம். நியூயார்க் நகரத்தை விட்டு இந்த ஜெர்சி சிட்டியானது தள்ளி இருந்ததன் காரணமாக ஆள்கள் நடமாட்டம் மிகமிகக் குறைவு. அமைதியான ஒரு நகருக்குள் வந்ததைப் போல் உணர முடிந்தது. மெதுவாக நடக்கத் தொடங்கினோம். அட்லாண்டவைப் போல் அல்ல நியூயார்க்; குளிர் ஜெர்க்கினை மீறியும் குளிர்ந்தது.

Coach House என்ற உணவகத்திற்கு சென்று அமெரிக்கன் குஷின், சிக்கன் அர்ஜென்டினா, லெமன் சிக்கன் பட்டர் பாஸ்தா, ஆர்டர் செய்தோம். ரசசாதமும், சாம்பார் சாதமும் என் கண்ணுக்கு முன் வந்து சென்றுகொண்டிருந்தன. என்ன செய்வது அமெரிக்கா போன்ற நகரத்தில் இந்திய உணவகம் இருந்த போதும் அது மிகத்தொலைவில் இருந்த காரணத்தால் இருக்கும் இடத்தில் என்ன கிடைக்கிறதோ அதைத்தான் உண்ண வேண்டிய கட்டாயம் ஏற்பட்டு விடுகிறது. சாப்பிட்டுவிட்டுத் திரும்பும் வழியில் சூப்பர் மார்க்கெட் இருந்தது. தேவையான பால், முட்டை, அரிசி, பருப்பு, வாங்கிக்கொண்டு அறைக்குத் திரும்பினோம்.

எனக்கு என் மகனைப் பார்க்கும்போது வியப்பாக இருந்தது. கைக்குள்ளே வளர்ந்த குழந்தை எப்படி இப்படி அந்நிய நாட்டில் தெரியாத மொழியில் நாம் ஆங்கிலத்திலே பேசினாலும் அவர்களுடைய ஆங்கிலம் சற்று புரியவில்லை. ஸ்பானிஷ் கலந்து பேசுகிறார்கள்; அதைப் புரிந்துகொள்வதற்கே சில நிமிடங்கள் ஆகிறது. அப்படிப்பட்ட ஊரில் நம்மையும் அழைத்து வந்து எவ்வளவு பத்திரமாக அழைத்துச்செல்கிறான் என்று நினைத்த போது அடித்த குளிரும் இதமாய் மாறியது. மனம் பெருமிதத்தில் நனையத் தொடங்கியது.

டைம் ஸ்கொயர் Time Square :

பேருந்தில் ஏறி இரயில் நிலையத்தை அடைந்தோம். அங்கிருந்து நியூயார்க்கின் ஹாட் ஆப் தி சிட்டி டைம் ஸ்கொயரை அடைந்தோம். வானளாவிய கட்டடங்கள் எங்கும் நிறைந்து காணப்பட்டன. சுற்றுலாப் பயணிகள் நிறைந்த தளமாயிருந்தது. கண்ணைப் பறிக்கும் விளம்பரங்களும் பாடல்களும் ஒலித்த வண்ணமிருந்தன.

நெருக்கடி மிகுந்த பகுதியாக இருந்தது. முற்றிலும் கடைகள், கட்டடங்கள், கேளிக்கை நிகழ்ச்சிகள் நடந்த வண்ணம் இருந்தன. அந்தத் தெருக்களை எல்லாம் சுற்றிப் பார்ப்பதற்கு முன்கூட்டியே நகர அனுமதிச் சீட்டு எடுத்து வைத்திருந்தோம்.

இரண்டு அடுக்குப் பேருந்து எல்லோரையும் அழைத்துச் சென்றது. ஒவ்வொரு தெரு வழியாக நாங்கள் உயர்ந்த கட்டடங்களைப் பார்த்த வண்ணம் பயணித்துக்கொண்டிருந்தோம்.

பிரமாண்டத்தின் உச்சமாக இருந்தது. ஒவ்வொரு தெருவிலும் கட்டடக்கலையின் நேர்த்தியில் வானளாவிய கட்டடங்களும், தன் கண்ணாடிக் கதவுகளால் ஒளிர்ந்தன. ஒவ்வொரு தெருவும் ஒவ்வொரு பொருள்களுக்குப் புகழ்பெற்றது என்பதை அறிய முடிந்தது. Microsoft அலுவலகங்கள், மற்ற அலுவலகங்கள், நூலங்கள், கல்லூரிகள், டிரிடினிட்டி இசைக்கல்லூரி, ஓவியக் கல்லூரி என ஒவ்வொரு தெருவிலும் என்னென்ன இருக்கிறது என்றும் பார்த்துக்கொண்டே சென்றோம்.

லாங்காக்ரே சதுக்கம் என்றுதான் இதனுடைய பெயர். 1904இல் டைம்ஸ் சதுக்கத்தில் தலைமையகத்தை மாற்றி அமைத்த பின்னரே டைம் ஸ்கொயர் என்று பெயர் பெற்றது. 1910 முதல் 1920 வரை தியேட்டர்கள் இசை நிகழ்ச்சிகள் பொழுதுபோக்கு மையமாக மாற்றியமைக்கப்பட்டது. பின்னர் ஏற்பட்ட உலகப்போரில் மிகவும் சிதைக்கப்பட்டது. அதன் பிறகு வணிகங்கள் கல்லூரிகள் மின்சார ஒளி விளக்குகள் போன்றவை சுற்றுலா மக்கள் வியக்கும் வண்ணம் அந்த இடமானது மாற்றியமைக்கப்பட்டதாகவும் பல மில்லியன் சுற்றுலாப் பயணிகள் இந்த இடத்திற்கு வந்து செல்வதாகவும் பல வரலாற்றுத் தகவல்களை நமக்குத் தந்த ஹெட் போனின் வழியாகக் கேட்க முடிந்தது.

உலகத்தைத் தன் வசமாக்கி உள்ள பங்குச்சந்தை நிறுவனங்கள் பெரிய வெண்கலக்காளையோடு நிமிர்ந்துநின்றது. பழைய அரசாங்கக் கட்டடங்கள் பழைமை மாறாமல் புதுப்பிக்கப்பட்டிருந்தன.

Central Park அருகில் பேருந்து நிறுத்தப்பட்டது. இறங்கிப் போய் நடந்து பார்த்து வந்தோம். ஆங்காங்கே திறந்த வளாகத்தில் மேஜை நாற்காலிகள் போடப்பட்டிருந்தன. இளம் பெண்களும், ஆண்களும் படித்துக்கொண்டும் பேசியபடியுமிருந்தனர்.

புருக்கிளீன் பாலம் Brooklyn Bridge :

அங்கிருந்து Brooklyn Bridge இல் நடக்க ஆரம்பித்தோம். Manhattan நகரத்தையும் நியூயார்க் நகரத்தையும் இணைக்கும் தொங்கும் பாலம். ஆற்றிக்கு நடுவே அழகாகக் கட்டப்பட்டிருந்தது. பல சினிமாப் படங்களில் பார்த்த தொங்குபாலத்தில் நடக்கின்றோம் என்ற பரவசத்தை எல்லோர் முகத்திலும் பார்க்க முடிந்தது.

எல்லோரும் தற்படம் எடுத்துக்கொண்டும் நிழற்படம் எடுத்துக்கொண்டும் தங்களுடைய உற்சாகத்தை, மகிழ்ச்சியை வெளிப்படுத்திய வண்ணம் இருந்தார்கள். வாகனங்களும் சைக்கிளும் பல்லாயிரக்கணக்கான மக்களும் தினமும் நடந்து போகும் பாதையாக மாறி இருந்தது.

தம்பி ரிதன் யாருடா இதைக் கட்டினார் என்று கேட்டேன். அமெரிக்கா சென்று இரண்டு வருடங்கள் ஆனதன் காரணமாக ஆங்கிலம் ஸ்டைலாக வந்தது Designed by John Augustus Roebling and his son Washington Roebling என்றான். நானும் ஒருமுறை சொல்லிப் பார்த்தேன் என் வாயில் நுழையவே இல்லை. அந்த எதிர்பாராத சமயத்தில் ஒரு சுற்றுலாப் பயணி தடுமாறிக் கீழே விழுந்துவிட்டார். யாருமே கவனிக்கவில்லை அவரவர் பார்த்த வண்ணமே நடை போட்டனர்.

என்னடா ஊரு என்று வேகமாகச் சென்று என் கைப்பையில் இருந்த தண்ணீரை எடுத்துக் கொடுத்தேன். அவர்கள் ஆந்திர மாநில மக்கள், சுற்றுலாவிற்காக வந்திருக்கிறார்கள் என்று அவர்கள் பேசிய விதத்தில் தெரிந்துகொண்டோம்.

அந்த அம்மாவின் உதட்டிலிருந்து இரத்தம் வந்தது. அடுத்து என்ன செய்வது? மருத்துவமனைக்கு எப்படிச் செல்வது என்ற வினாவை

என் மகனிடம் கேட்டுக் கொண்டிருந்தேன். அவன் அவர்களிடம் மெடிக்கல் இன்சூரன்ஸ் ஏதாவது போட்டு உள்ளீர்களா? இங்கே என்று கேட்டான். இல்லை என்றார்கள். இப்படி திடீரென்று சுற்றுலாவுக்கு வந்தவர்கள் இடத்தில் இதெல்லாம் எப்படி இருக்கும் எனக்குள்ளே கோபம் எழுந்தது.

பக்கத்தில் உள்ள ஐஸ்கிரீம் கடையில் ஐஸ்ஸை வாங்கிச் சிறிது நேரம் வைக்கச் சொன்னோம். இரத்தம் வருவது குறைந்துவிட்டது. என் பையில் இருந்த பாரசிட்டமால் மாத்திரையை எடுத்துக் கொடுத்தேன். வலித்தால் போட்டுக் கொள்ளுங்கள் என்று சொல்லிவிட்டு வந்தோம்.

"என்னடா ரிதன் சுற்றுலா வந்தவங்களுக்கு ஏதாவது ஒன்னு ஆயிருச்சுன்னா ஆஸ்பத்திரிக்கு எப்படிடா கூட்டிட்டுப் போறது?' என்று கேட்டேன். 'இன்சூரன்ஸ் இருந்தா தப்பிச்சிடலாம். இல்லாட்டி இங்கே மருத்துவமனைக்குள் நுழையவிடவே மாட்டான். பல கேள்வி கேட்பான். அதற்குள் நமக்கு உயிரே போயிடும்'.

'இன்னும் மெடிக்கல் மட்டும்தான் ஒரு தளர்வே இல்லாம ஒரு இறுக்கமான சூழ்நிலையில் இருக்கிறது' என்றான்.

என்னதான் மனம் கஷ்டமாக இருந்தாலும் வயிறு ஒன்று இருக்கிறது. பசிக்க ஆரம்பித்தது. இத்தாலி பீட்சா கடைக்குள் சென்றோம். பீட்சா, பர்கர் சாப்பிட்டுவிட்டு அந்தப்பேருந்தில் மீண்டும் ஏறிக்கொண்டோம்.

நியூயார்க் எட்ஜ் Newyork Edge :

மிகப் பிரம்மாண்டமான கட்டடத்திற்குள் நுழைந்தோம். 1132அடி உயரம் கொண்ட கட்டடம் 7500 சதுர அடி பரப்பளவு உள்ள தளத்தில் நகரத்தின் பரந்த காட்சிகளைப் பார்க்கலாம். 120மாடி அதன் விளிம்பில் கண்ணாடியால் பதிக்கப்பட்டிருக்கும். அந்த விளிம்பில் நின்று நியூயார்க் நகரத்தை முழுவதும் பார்வையிடலாம். கொஞ்சம் அச்சமாக இருக்கும். இதைதான் நியூயார்க் எட்ஜ் என்கிறார்கள்

சில பகுதிகள் கண்ணாடியால் பொருத்தப்பட்டிருக்கும். அந்தக் கண்ணாடிக்கு மேல் நடக்கலாம் கீழே உள்ள காட்சிகள் நன்கு புலப்படும். வருகை புரிந்த சுற்றுலாப் பயணிகள் முதல் நாங்கள் வரை விதவிதமாய் நிழற்படம் எடுத்துக்கொண்டோம்.

என்னதான் சந்தோசமாகவும் சாகசம் செய்வதைப் போல உணர்ந்தாலும் ஒரு திக் திக் மனநிலைக்குள் ஆட்பட்டிருப்பது வெட்ட வெளிச்சமாய்த் தெரிந்தது, எல்லோர் விழியின் ஓரத்தில் நின்றிருந்த அச்சம் வெளிக்காட்டியது

சுதந்திரதேவி சிலை Statue of Liberty :

எல்லிஸ் தீவின் நடுவே சுதந்திர தேவி சிலை அமைக்கப்பட்டுள்ளது. இதற்குக் கப்பல் வழியாகத்தான் பயணம் செய்ய முடியும். அதற்கு முன்கூட்டியே நுழைவுச்சீட்டைக் கட்டணம் கொடுத்து பெற்றுக் கொள்ள வேண்டும். என் மகன் அதற்கான எல்லா ஏற்பாடுகளையும் செய்து வைத்திருந்தான். கப்பலின் வழியாகச் செல்லும்போது

அந்த சிலுசிலு காற்றுக்கு நடுவே கம்பீரமாகப் பச்சை நிறத்தில் சுதந்திர தேவி சிலை நிமிர்ந்து நின்று எல்லோரையும் வரவேற்றுக் கொண்டிருந்தது.

முதலில் மியூசியத்திற்குள் சென்றோம். அங்கே குறும்படம் காண்பிக்கப்பட்டது. எவ்வாறு சுதந்திர தேவி சிலை அமைக்கப் பட்டது. யாரால் அமைக்கப்பட்டது எந்தச் சூழ்நிலையில் எதற்காக அமைக்கப்பட்டது என்ற பல்வேறு வரலாற்றுச் சான்றோடு படம் காண்பிக்கப்பட்டது.

சுதந்திர தேவி சிலை ஜனநாயகத்தின் சுதந்திரத்தின் சின்னமாக வடிவமைக்கப்பட்டுள்ளது. பிரெஞ்சு எட்வார்ட் டி லபௌலே பிரான்ஸ் மற்றும் அமெரிக்கா இடையேயான நட்பை நினைவுகூர ஒரு நினைவுச் சின்னத்தை முன்மொழிந்தார்.

பிரெஞ்சு சிற்பி ஃபிரடெரிக் அகஸ்டே பார்தோல்டி அமெரிக்கக் கட்டடக் கலைஞர் ரிச்சர்ட் மோரிஸ் ஹன்ட் பீடத்தை வடிவமைத்தனர். அவள் காலடியில் இருக்கும் உடைந்த சங்கிலிகள் அடிமைத்தனத்தை ஒழிப்பதைக் குறிப்பதாய்க் காணொளி ஒலித்தது.

அதன் பிறகு அந்தச் சிலையின் அமைப்பு எப்படி எல்லாம் உருவாக்கப்பட்டது என்றும், ஒவ்வொரு பகுதியாக வெண்கலத்தில் அமைக்கப்பட்ட கால்கள், கைகள், தலைப்பாகம் என்று எப்படி இணைத்தார்கள் என்பதையும் வெண்கலச் சிலையின் வடிவாகவே காட்சிப்படுத்தப்பட்டு இருந்தது.

சுதந்திர தேவியின் ரோமானிய தெய்வமான லிபர்டாஸைக் குறிக்கிறது. லிபர்ட்டி சிலை பச்சை நிறமாய் இருப்பதற்குக் காரணம் ஆக்ஸிடேஷன் எனப்படும் இயற்கையான செயல்முறையின் காரணமாகும். இது காலப்போக்கில் காற்று மற்றும் தண்ணீருடன் தாமிரம் வினைபுரியும்போது ஏற்படுகிறது என்பதை அங்கே உள்ள குறிப்புகளின் வழியாக அறிந்துகொள்ள முடிந்தது.

எல்லாக் குறிப்புகளையும் விவரங்களையும் அறிந்த பிறகு அந்த சுதந்திர தேவி சிலை இன்னும் கம்பீரமாய் நிமிர்ந்து நிற்பதைப் போல் எல்லோருக்கும் தோன்றியிருக்கும். மியூசியத்தை விட்டு வெளியில் வந்து சிலை இருக்கும் பகுதிக்குச் சுற்றிச் சென்றோம். அந்த நிமிர்ந்து நின்ற சிலையை அண்ணாந்து பார்த்து வியந்த வண்ணம் பல புகைப்படங்களையும் எடுத்துக்கொண்டோம்.

அங்கு உணவுக் கடையும் இருந்தது. நமக்குத் தேவையான உணவை பீட்சா, பர்கர், டோக்கோஸ் போன்றவற்றை ஆர்டர் செய்து கடலைப் பார்த்த வண்ணம் சாப்பிடும்படி நாற்காலிகளும் மேஜையும் அமைக்கப்பட்டு இருந்தன.

பல பறவைகள் வந்து வந்து அமர்ந்தன. ஆனால் அங்கே ஒரு வாசகம் எழுதப்பட்டிருந்தது. பறவைக்கு எவரும் உணவிடக்கூடாது. பறவை சுதந்திரமாகத் தன்னுடைய வேட்டையைச் செய்ய வேண்டும் என்ற அந்த மொழி இன்னும் சுதந்திரமாகப் பறந்து கொண்டிருந்தது. மீண்டும் கப்பலில் ஏறிக் கரைக்கு வந்து சேர்ந்தோம்.

இரவில் ஒளிரும் Time Square :

நியூயார்க் நகரம் அந்த இரவில் ஒளி வெள்ளத்தால் சூழ்ந்திருந்தது. மீண்டும் டைம் ஸ்கொயருக்குச் சென்றோம். வேறோர் உலகத்திற்குச் சென்றதைப் போல் மிகப் பெரிய பிரமாண்டத்தையும் பிரமிப்பையும் ஒளி வெள்ளத்தால் காண முடிந்தது.

மிக்கி மௌஸ் உடைகளை அணிந்த ஆணும், பெண்ணும் டிவி ஷோக்களில் கண்ட ஸ்பைடர் மேன், கல்கு சிண்ட்ரெல்லாக்கள், நிர்வாணத்தோடு இருந்த பெண்மணி ஓவியத்தைத் தன் மார்பகத்தில் வரைந்தும் அங்கும் இங்கும் அலைந்துகொண்டிருந்தார்கள்.

அவர்களோடு புகைப்படம் எடுத்துக் கொண்ட சுற்றுலாப் பயணிகளிடத்தில் அதற்கான சன்மானத்தையும் அவர்கள் பெற்றுக் கொண்டார்கள். இன்னும் சில இடங்களில் மேற்கத்திய இசையும் மேற்கத்திய நடனமும் நிகழ்ந்துகொண்டிருந்தன. நீண்டு உயர்ந்த கட்டடங்கள் ஒளி வெள்ளத்தால் நம்மைக் கிறங்கடிக்க வைத்துக் கொண்டிருந்தன. அத்தனை பெரிய செல்வாக்கு மிக்க நகரத்தில் ஹோம்லெஸ் என்ற அட்டையை அருகில் வைத்துக்கொண்டு பலரும் அமர்ந்திருந்தார்கள். அதைப் பார்க்கும்போது கண்ணீர் வராமல் இல்லை. ஒளிக்குப் பின் இருள் இருப்பதை இங்கு வந்தபின்பே காணமுடிந்தது..

அந்நியநாட்டில்
கருணையைச் சுமப்பது
கடினம் என்கிறாய்
Homeless உடன்
கண்களோடு தொடர்பு
கொண்டு பேசாதே என்கிறாய்
சிறு அச்சத்தைக் கைப்பைக்குள்
தூக்கிச் சுமப்பது எப்படி?
நானோ
சன்னலுக்குள்
வானத்தை வரவழைத்து
அதன் தேவையைக் கேட்டறிபவள்
சுதந்திரமாய்க் கடல்கடந்து
சென்று திரும்பும் பறவை
எப்போதும்
என் இதயமுள்
கருணையின் பக்கம் சாயும்
துலாக்கோல்
 ஒளிமிக்க சொற்கள்
இருளைக் காட்டியபடி நிற்கிறது

செ.புனிதஜோதி

என்ன செய்வேன்
நானோ கவிதாயினி

நயாகராப் பயண வழி :

நயாகரா செல்வதற்காக டிராவல்ஸ் மூலமாக முன்பதிவு செய்து இருந்தான் என் மகன். ஜெர்சிசிட்டியில் இருந்து எல்லா லக்கேஜையும் எடுத்துக்கொண்டு கிளம்பினோம். பேருந்துக்காகக் குறிப்பிட்ட இடத்தில் எங்களைப் போன்று பலரும் காத்துக் கொண்டிருந்தார்கள்.

பேருந்து வந்து சேர்ந்தவுடன் எங்களுக்கான இருக்கைகளில் நாங்கள் அமர்ந்துகொண்டோம். அந்த டூரிஸ்ட் கைட் ஒரு நேபாளியைப்போல் இருந்தார். அந்தப் பேருந்து முழுவதும் இந்தியர்கள்தான் அதிகமாக இருந்தார்கள். தார்ச்சாலையில் நிசப்தமான அமைதியில் இரு பசுமைக்கு இடையில் எங்கள் பேருந்து விரைந்தது.

பிலடெல்பியா லிபர்ட்டி பெல் Philadelphia liberty bell :

லிபர்ட்டி பெல் பென்சில்வேனியாவில் உள்ள பிலடெல்பியாவில் அமைந்துள்ளது. ஸ்டேட் ஹவுஸ் சுதந்திர மண்டபம் என்ற பகுதியில் பேருந்து நின்றது. அங்கே உள்ள லிபர்ட்டி பெல் பார்ப்பதற்காக அனுமதி பெற்றிருந்தோம். செம்பு, தகரம், ஈயம் மற்றும் பிற உலோகங்களால் ஆன எடைமிக்க மிகப் பெரிய மணி அந்தக் கட்டிடத்தின் முன் வாசலில் நிறுத்தப்பட்டிருந்தது. அதுதான் அமெரிக்க சுதந்திரத்தின் சின்னமாகக் கருத்தப்பட்டது. அதன் எடை 2080 பவுண்டுகள், உயரம் 5 அடி, விட்டம் 2.5அடி கொண்டது. இதனை ஜான் பாஸ் மற்றும் ஜான் ஸ்டோ வடிவமைத்தனர். அவற்றில் பைபிள் வாசகமும் பொறிக்கப்பட்டிருக்கிறது. அடிமைத்தனத்தை ஒழித்ததின் அடையாளமாய் லிபர்டிபெல் அமைந்துள்ளது என்ற வரலாற்றைப் பதிவு செய்து வைத்திருந்தார்கள். 1751 இல் இந்த மணியானது 2.5 அளவில் விரிசல் ஏற்பட்டது அதன் பின் சரிசெய்து செப்பனிட்டுக் காட்சிக்கு வைக்கப்பட்டிருக்கிறது என்ற தகவலைப் படித்துத் தெரிந்துகொள்ள உதவியாக இருந்தது. அடிமைத்தனத்திற்கு எதிரான போராட்டத்தின் அடையாளமாக இந்தச் சின்னமானது பார்க்கப்படுகிறது. என்பதை அறிந்துகொண்டோம். அங்கிருந்து புறப்பட்டு அடுத்த பகுதிக்குச் செல்வதற்காகப் பேருந்தில் ஏறி அமர்ந்துகொண்டோம்.

வாஷிங்டன் டிசி Washington DC :

Congress ஹால் செல்வதற்குத் தேவையான முன் அனுமதி பெற்றிருந்தோம். பலவிதமான சோதனைக்குப் பின் உள்ளே அனுமதிக்கப்பட்டது. மிக பிரமாண்டமான வெள்ளை நிறத்தில் பல தூண்களைக் கொண்ட அரண்மனையைப் போல் காட்சியளித்தது.

தரை முழுவதும் ரெட் கார்பெட் விரிக்கப்பட்டிருந்தது. தலைவர்கள், பழங்குடி மக்களின் தலைவன் என்று பல சிறப உருவங்கள் சலவைக் கற்களால் செதுக்கப்பட்டு நிறுத்தி வைக்கப்பட்டிருந்தன.

உள்ளே அழைத்துச் செல்வதற்கு அங்கே பணிபுரிந்தவர்கள் உதவி செய்தனர் . முதலில் குறும்படம் காண்பிக்கப்பட்டது எப்படி அமெரிக்கா தோன்றியது எவ்வாறு எல்லாம் போர் நிகழ்ந்தது. எப்படி இந்தக் காங்கிரஸ் கட்டடம் எழுப்பப்பட்டது இங்கே

ஆட்சியாளர்கள் எப்படியெல்லாம் விவாதம் நடத்துவார்கள். அவர்கள் எங்கே அமர்வார்கள் என்ற பல்வேறு செய்திகளைக் குறும்படத்தின் வாயிலாக அறிய முடிந்தது. அமெரிக்காவின் கிழக்கு முனையில் இந்தக் கட்டடமானது அமைக்கப்பட்டிருக்கிறது. நியோ கிளாசிக்கல் பாணியில் 1793ல் வில்லியம் தோர்ன்டன், பெஞ்சமின் ஹென்றி அவர்கள் வடிவமைக்கப்பட்டது. 1814 இல் வாஷிங்டன் எரிந்ததில் சிதிலமடைந்தன. மீண்டும் 1850 இல் இருசபை சட்டமன்றம் தெற்கில் உள்ள பிரதிநிதிகள் சபை வடக்கு பகுதி செனட் ஆகியவை இருப்பதற்கு ஏற்றவாறு பல அறைகள் கட்டப்பட்டன என்பதை அறிய முடிந்தது.

அமெரிக்காவில் உள்ள ஆட்சி முறையையும் இந்தியாவில் உள்ள ஆட்சி முறையையும் பற்றி நாங்கள் விவாதித்துக்கொண்டே குறும்படத்தையும் பார்த்தோம். அதன் பிறகு ஒவ்வோர் அறையிலும் அந்த ஓவியங்கள் மிக நேர்த்தியாக வரையப்பட்டிருந்தன.

சற்று உன்னிப்பாகக் கவனித்தால் கழுகை விழுங்கும் பாம்பு. பாம்பு கழுத்தைப் பிடிக்கும் கழுகு என இந்த ஓவியச் சிற்பங்கள் அதிகமாகக் கண்ணில் தென்பட்டன. ஆதிக்குடிகளை விரட்டி விட்டுத் தன் ஆதிக்கத்தை நிலைநாட்டிய அமெரிக்காவின் முகம் தென்பட்டது.

வெள்ளை மாளிகை White House:

தொலைக்காட்சிகளில் மட்டுமே பார்த்த வெள்ளை மாளிகை பளிச்சென்று பசுமையின் ஊடே கம்பீரமாக நின்றுகொண்டிருந்தது. அந்தப் பசுமைக்கு இடையில் சிட்டுக்குருவிகள் அங்கும் இங்கும் பறந்து பறந்து விளையாடிக்கொண்டிருந்தன.

நம்மூரில் சிட்டுக்குருவிகள் தொலைந்து வெகு காலம் ஆகிவிட்டது. வலசை வந்த பறவைகள் ஊருக்கு வராமல் இங்கேயே இருந்துவிட்டீர்களா? என்று அந்தப் பறவையிடம் கேட்டுவிட்டு வந்தேன்.

இந்த நாட்டு அணில்களுக்குக் கோடுகளில்லை. ஆனால் மிகப் பருத்துப் பெரியதாக இருந்தன. பலவிதமான பறவைகளின் இனிக்கும் குரல். குளிரை இறுக அணைத்துக்கொண்டு எல்லோரும் நடந்து கொண்டிருந்தோம்.

வெள்ளை மாளிகைக்குள் செல்வதற்கு அனுமதி கிடையாது. சாத்தப்பட்ட கேட்டின் வழியாக வெள்ளை மாளிகையைக் காண முடிந்தது. அதையெல்லாம் விட ஒரு மனிதர் அந்தக் குளிரில், சாரலில் பல கொடிகளை உயர்த்திப் பிடித்த வண்ணம் ஒரு குடையைப் பிடித்துக்கொண்டு எதிர்ப்புக் கண்டனத்தை வெள்ளை மாளிகைக்கு முன் வைத்து அமர்ந்திருந்தார்.

அவரின் கோரிக்கை என்னவென்று தெரியவில்லை. பல வாசகங்கள் அட்டையில் எழுதி ஆங்காங்கே நிறுத்தி வைத்திருந்தார். ஏன் இவரை அகற்றாமல் அங்கே வைத்திருக்கிறார்கள்? என்ன காரணமாக இருக்கும் என்று எனக்குள்ளே குழம்பிக்கொண்டே இருந்தேன்? அவர் என்ன கோரிக்கை கேட்டு இங்கே வந்திருக்கிறார். ஏன் இந்த வெள்ளை மாளிகை அவரைக் கண்டுகொள்ளவே இல்லை?. காங்கிரஸ் கட்டடத்தில் பழங்குடியின் உருவச்சிலையைக் கண்டபோது செவ்விந்தியர்களின் நினைவு வந்து போனதுபோல் இவரைக்கண்ட போது நம் நாட்டிலும் கோரிக்கை பல உள்ளன, கொடிகள் தூக்கி, தட்டித்தூக்கி, கோஷம் எழுப்பிய பலரையும் நினைவுக்குள் கொண்டு வர முடிந்தது. பலவித விடையற்ற உணர்வு வினாக்களோடு அங்கிருந்து கிளம்பினோம்.

ஜெபர்சன் **Jefferson Memorial :**

வாஷிங்டன் டிசியில் உள்ள ஒரு தேசிய நினைவகம் இது. அமெரிக்க சுதந்திரப் பிரகடனத்தில் முதன்மை ஆசிரியரான தாமஸ் சபர்சனின் நினைவாக அவரின் உருவச்சிலை கட்டப்பட்டுள்ளது. ஜனநாயகக் குடியரசு கட்சியின் நிறுவுநர் மற்றும் நாட்டின் மூன்றாவது ஜனாதிபதியாக இருந்தவர். அடிமைத்தனத்தை முற்றிலுமாக எதிர்த்தவர், உள்நாட்டில் போரில் தம் மக்களுக்காய்க் குரல் கொடுத்தவர் என்பதால் ஒரு வணக்கத்தை வைத்துக் கொண்டேன். போடோமாக் ஆற்றின் கரையோரம் அழகிய பூங்காக்களின் மத்தியில் அந்த நினைகவகம் எழுப்பப்பட்டிருந்தது.

அங்கு என்ன வினோதம் என்றால், இளம் பெண்களும் ஆண்களும் தன்னுடைய பட்டப்படிப்பை முடித்த தருணமா, ? தன் காதலைப் பகிர வந்த நிகழ்வா, ? திருமணக் கொண்டாட்டமா? என்னவென்றே தெரியவில்லை. திருமணத்திற்கு உடுத்திக்கொள்ளும் ஆடையைப் போல அழகிய பெண்கள் சிண்ட்ரெல்லாக்களாய் ஆண்கள் இளவரசன்களாய்த் தென்பட்டார்கள்.

ஆணும் பெண்ணும் இணைந்து இணைந்து போட்டோ சூட் பண்ணிக்கொண்டிருந்தார்கள். ஒருவருக்கொருவர் முத்தங்களைப் பகிர்ந்துகொள்வதும் பூங்கொத்துகளை வழங்கிக் கொண்டும் இருந்தனர். சிண்ட்ரெல்லாக்களையும் இளவரசர்களையும், ஜெபர்சன் அவர்களையும் சுமந்துகொண்டு அடுத்த இடத்திற்குப் பயணப்பட்டோம்.

ஆபிரகாம் லிங்கன் மெமோரியல் Lincoln Memorial :

அடிமைகளின் சூரியன் என்று அழைக்கப்பட்ட ஆபிரகாம் லிங்கனைக் கண்டபோது மிகப்பெரிய ஒரு பெருமிதத்தை உணர்ந்தேன். 1809 ஆம் ஆண்டு பிப்ரவரி 12ந் தேதி அமெரிக்காவின் கெண்டக்கியில் ஓர் ஏழை குடும்பத்தில் பிறந்தார் ஆபிரகாம் லிங்கன். அவரது தந்தை தாமஸ் லிங்கன் ஒருதச்சர். சிறுவனாக இருந்த போது, தந்தையின் பணிகளில் லிங்கன் உதவி புரிந்தார். தாயார் நான்சி ஹாங்க்ஸ் (Nancy Hanks). காடுகளுக்கிடையே ஒன்பது மைல் நடந்து சென்று கல்வி பயின்றார் லிங்கன். ஆபிரகாம்

லிங்கனுக்கு 9 வயது இருக்கும்போது தாய் இறந்து போனதால், சிற்றன்னையால் லிங்கன் வளர்க்கப்பட்டார். குடும்ப ஏழ்மை காரணமாக லிங்கனால் சரியாகப் படிக்க முடியவில்லை. பிறருக்கு உதவி செய்தல், அடுத்தவர் மீது அன்பு செலுத்துதல் போன்ற அரிய குணங்கள் சிறு வயதிலேயே லிங்கனிடம் இருந்தன. எப்போதும் கலகலப்பாகப் பழகுதல்; கதை சொல்லுதல்; வேடிக்கையாகப் பேசுதல் ஆகிய லிங்கனின் குணங்கள் அவர் மீது மற்றவர்களை விருப்பம் கொள்ளச் செய்தன.

ஒருமுறை, நியு ஆர்லியன்ஸ் என்ற நகரத்திலுள்ள சந்தைக்கு லிங்கன் சென்றிருந்தார். அங்கே ஒரு நீக்ரோ பெண் அடிமையாக விற்கப்படுவதைக் கண்டார். அடிமைகள் என்ற பெயரில் கறுப்பினத்தவர்கள் விற்கப்படுவதையும் இரும்புக் கம்பிகளால் கட்டப்பட்டிருப்பதையும் சாட்டையால் அடிக்கப்படுவதையும் ஒட்டுமொத்தமாகக் கொடுமைப்படுத்தப்படுவதையும் கண்டார். அவர் மனம் துடித்தது. இந்தக் கொடுமைக்கு முடிவு காண வேண்டும் என்று லிங்கன் விரும்பினார். அதற்கான வழிமுறைகளைக் கண்டறிய முற்பட்டார். தனது இருபத்து மூன்றாவது வயதில் முதன் முதல் ஆபிராகாம் லிங்கன் பிளாக் காக் போரில் (black hawk war) கலந்து தலைவனாகப் பணியாற்றியது அவருக்குப் புதியதோர் பாதையை காட்டியது.1860 குடியரசுக் கட்சியின் வேட்பாளராய்த் தேர்வாகிப் பின்னர் அமெரிக்க அதிபராய் ஆன உழைப்பும் விவேகமும் மக்களின் மீது கொண்டுள்ள ஈர்ப்பும் அடிமைத்தனத்தை எதிர்ப்பதற்காக அவர் உழைத்த உழைப்பும் கண்முன் விரிந்தது. நான் வரலாறு படித்தவள் என்பதால் ஞாபகத்தில் நின்றது. அவருக்கு ஒரு வணக்கத்தை மனதார வைத்துக்கொண்டேன்.

அங்கும் இதேபோன்று பல இளம் ஜோடிகள் வந்திருந்தனர். அதேபோலவே இங்கும் போட்டோ சூட் பண்ணிக் கொண்டிருந்தார்கள். இப்பொழுதும் அவர்களிடத்தில் என்ன விழா என்று கேட்டுவிட வேண்டும் என்று உள்ளம் துடித்துக் கொண்டிருந்தது. ஆனால் யாரும் காது கொடுத்துக் கேட்பதற்கு முன்வரவில்லை. நானும் அருகில் போய்க் கேட்பதற்கு என்னுடைய மொழியானது தடையாக இருந்தது.

பென்டகன் வியூ Pentagon View :

Pentagon என்றால் எல்லோருக்குள்ளும் துக்கம் நிழலாடும். அமெரிக்கன் ஏர்லைன்ஸ் விமானத்தின் மூலமாகத் தீவிரவாதிகள் அந்த மிகப்பெரிய கட்டிடத்தைத் தகர்த்தனர். அங்கே பணிபுரிந்த எண்ணற்ற மக்கள் கருகி இறந்து போனார்கள் என்ற செய்தி நமக்குள் வந்து நிற்கும்.

அவர்களின் நினைவாக அந்த இடத்தில் பென்டகன் வடிவத்தில் கட்டடங்கள் எழுப்பப்பட்டிருக்கின்றன. இறந்து போனவர்களின் சடலங்கள் அங்கே அடக்கம் செய்யப்பட்டுள்ளன.

அவர்களைப் பற்றிய விவரங்கள் அவர்களுடைய புகைப்படங்கள் போன்றவை அமெரிக்க மிலிட்டரியின் கைவசத்தில் பாதுகாக்கப்படுகிறது. மிகப்பெரிய பரப்பளவைக் கொண்டு அந்தக்

கட்டடம் மீண்டும் எழுப்பப்பட்டு இறந்தவர்களுடைய நினைவுச் சின்னமாகப் போற்றிப் பாதுகாக்கப்படுகிறது. துக்கத்தை நெஞ்சில் சுமந்துகொண்டு அங்கிருந்து திரும்பினோம்.

மதியமும் சரியான இடத்தில் உணவு கிடைக்காததால் இரவு உணவு இந்திய உணவகத்திற்கு அழைத்துப் போகும்படி குறிப்பிட்டோம். *Madras India Cuisine* முன் பேருந்து நிறுத்தப்பட்டது. நியூயார்க் வந்ததிலிருந்து சரியான உணவு கிடைக்காததால் இந்திய உணவின் மீது ஒரு மோகமே ஏற்பட்டுவிட்டது. நல்ல வேளை அங்கே இட்லி, தோசை, பூரி, லெமன் சாதம், உளுந்த வடை, கோவக்காய், சப்பாத்தி, பன்னீர் பட்டர் மசாலா போன்ற அனைத்தும் கிடைத்தது. மிகச் சுவையாகவும் இருந்தது. இந்தப் பிறப்புத் தான் ருசிச்சிச் சாப்பிடப் பிறந்தது.... அந்தப் பாடலைப் பாடிக்கொண்டே ஆனந்தமாய்ச் சாப்பிட்டு முடித்தோம். இரவு ஹோட்டலில் அனைவரும் தங்கினோம்.

சாக்லேட் உலகம் Pennsylvania Hershels Chocolate World:

மறுநாள் காலையில் *Hershels chocolate factory* சென்றடைந்தோம். முதலில் குறும்படம் காண்பிக்கப்பட்டது. எப்படி கொக்கோ பயிரிடுதல், அதன் மூலமாக எப்படி கொக்கோ பவுடர் தயாரித்தல், பால் எப்படி உற்பத்தி செய்தல், சாக்லேட் தயாரிக்கும் முறைகள், அதைப் பேக் செய்யும் முறைகள் எல்லாவற்றையும் அந்தக் குறும்படத்தில் கண்டோம். மேலும் 1894 மில்டன் ஹெர்ஷே அவர்கள் கேரமல் நிறுவனத்தை பென்சில்வேனியாவில் தொடங்கினர். சாக்லேட்டில் பல விதமான புதுமைகளைப் புகுத்தினார். 1923ல் ஹெர்ஷின் முத்தங்கள் சின்னமாக வைத்தார். அவை ஐரோப்பிய நாடுகள், ஆசியா உலகம் முழுவதும் வளர்ந்த விதத்தை அந்தக் குறும்படம் விளக்கியது.

அதன் பிறகு நேரடியாகச் செய்யும் மிஷினரி இருக்கும் பகுதிக்கு அழைத்துச் சென்றார்கள். சாக்லேட் எப்படித் தயாரிக்கப்படுகிறது? எப்படி அச்சில் வார்க்கப்படுகிறது? எப்படி எல்லாம் பேக் செய்யப்படுகிறது? என்பதை கண்கூடாகப் பார்க்க முடிந்தது.

விற்பனைத் தளத்திற்குள் சென்றோம். விதவிதமான சாக்லேட்டுகள் பேக் செய்து அடுக்கி வைக்கப்பட்டிருந்தன.

எல்லோரும் ஊருக்குக் கொண்டு போவதற்கும் உறவினர்களுக்குக் கொண்டு போவதற்கும் அவர்கள் தேவைக்கேற்ப வாங்கிக் கொண்டார்கள்.

நாங்களும் எங்கள் உறவினர்களுக்குக் கொடுப்பதற்காகச் சாக்லேட்டுகளை வாங்கி அடுக்கிக்கொண்டோம். அங்கே சாப்பிட்டுப் பார்ப்பதற்கு நட்ஸ் சாக்லேட்கள் தரப்பட்டன தயாரிக்கும் இடத்திலே சாப்பிடுவதால் அதனுடைய சுவை அலாதியாக இருந்தது.

கார்னிங் கிளாஸ் மியூசியம் Corning Glass Museum :

அன்றாடம் ஹோட்டல்களில், வீடுகளில் பயன்படுத்தும் கண்ணாடிப் பொருள்கள், கண்ணாடி கிளாசுகள், கண்ணாடியில் விதவிதமான உருவங்கள், எப்படி எல்லாம் தயாரிக்கப்படுகிறது என்பதை இருவர் செய்து காண்பித்து எங்களை மகிழ்வித்தார்கள்.

மிகப்பெரிய வெப்பநிலையில் அவர்கள் அதனைத் தாங்கிக் கொண்டு ஒரு கலை நுட்பமான வடிவத்தைப் பொறுமையோடும் நிதானத்தோடும் அவர்கள் கையாண்ட விதத்திற்கு எல்லோரிடத்திலிருந்தும் கைதட்டல்கள் கிட்டியது.

கண்ணாடியில் டால்ஃபின்கள், வண்ண மீன்கள், குவளைகள், பாம்புகள் பச்சை பாம்புகள், மலர்கள் விதவிதமான உருவத்தில் செய்து வைக்கப்பட்டிருந்தன. வீட்டிற்குத் தேவையான அலங்காரப் பொருள்கள் சிலவற்றைக் கவனமாகக் கட்டி தரச் சொல்லி வாங்கிக் கொண்டோம்.

சிறிது நேரம் வரை அவர்கள் செய்த கலை நுட்பமானது நெஞ்சை விட்டு நீங்காமல் எங்களுடன் பயணம் செய்தது.

'எப்படிப் பாத்தீங்களா? சரியான வெப்ப நிலையில் வைத்து அதை உருக்கி அதைச் சரியான பக்குவத்துல குளிர வைத்து ஒரு வடிவமாக்குற வித்தை எப்படி ஒரு மனுஷனுடைய கையில

விளையாடுது பாத்தீங்களா' அப்படின்னு வாய் விடாமல் சொல்லிக் கொண்டே வந்தேன்.

பஃபலோ சிட்டி Buffulo City :

நயாகரா நதிக்கரை தவழும் இடத்தில் உள்ளது பஃபலோ சிட்டி. மிகப்பெரிய நகரம். அங்கே உள்ள கைடு எங்களை அழைத்துக் கொண்டு பல இடங்களைச் சுற்றிக்காட்டினார். உயரமான Sen ega Building உள்ள மாடிக்கு அழைத்துச் சென்று சிட்டி வியூ பாயிண்ட் காண்பித்தார். ஊரைச் சுற்றி சென்னிக்கா ஏரி, ஆறுகள் நிறைந்திருந்தன. இனிய அருங்காட்சியகம், தியேட்டர்கள் அந்தப் பகுதி முழுவதும் நிறைந்திருந்தன.

ஒரு சிதிலமடைந்த கப்பலைக் காண்பித்தார். ராபர்ட் என்பவரால் அந்தக் கப்பல் கட்டப்பட்டது. இங்கிருந்து பல வியாபாரங்கள் நடந்தேறிக்கொண்டிருந்தன. அப்போது ஆங்கில அரசுக்கும் பிரெஞ்சு அரசுக்கும் போர் ஏற்பட்டு இங்கிருந்த பல மக்கள் தாக்கப்பட்டனர். மக்களின் விடாத முயற்சியால் போர் ஒரு முடிவுக்கு வந்தது. அமெரிக்க இராணுவத்திற்கு கீழ் இந்தப் பகுதியானது வந்தது.

மீண்டும் ஆங்கிலேயர்களால் இங்கே உள்ள வர்த்தகம் எரிக்கப்பட்டது. சென்னிக்கா மக்கள் பெருமளவு குடியேறிய பின் மீண்டும் பஃபலோ சிட்டி பொலிவடைந்தது என்று வரலாற்றை அவர் கூறி முடித்தார்.

'பேசாம காட்டிலே இருந்திருக்கலாம்டா' இந்தத் தொல்லையே இருந்திருக்காதுல' என்று நான் தமிழில் சத்தமாகச் சொல்லி விட்டேன். எல்லோரும் என்னைத் திரும்பிப் பார்த்தார்கள்.

இரவில் ஒளிந்த வானவில் நயாகரா Niagra water falls

"பல நாள் கனவு ஒருநாள் நினைவு ஏக்கங்கள் தீர்த்தாயே".

என்ற பாடலைப் பாடியபடியே நயாகராவை அந்த இரவு நேரத்தில் வண்ண ஒளிகளால் சிவப்பு, நீலம், பச்சை, ஊதா வானவில் தோரணத்தில் நீர்த் தொங்கல்களைக் காண முடிந்தது.

கனடா நீர்வீழ்ச்சியும், அமெரிக்க நீர்வீழ்ச்சியும் இணைந்து ஆர்ப்பரித்துக் கொட்டிக்கொண்டிருந்தது. வானவில் பாலத்தின் வழியாகவே நடந்து செல்லும் தூரத்தில்தான் கனடா இருந்தது.

செ.புனிதஜோதி

இங்கிருந்து பார்க்கும்போது கனடா ஒளி வெள்ளத்தில் உயர்ந்த கேசினோ கட்டடங்களால் மின்னியது. "அம்மா உங்க ஆசை நிறைவேறிச்சா" என்று என் மகன் கேட்டான். அவன் சிறுவயதில் 'நீ அமெரிக்கா போனா என்னை நயாகரா மட்டும் கூட்டிட்டுப் போயிடனும் தம்பி' என்று அடிக்கடி அவனிடத்தில் சொல்லிக் கொண்டே இருப்பேன். ஏனென்றே தெரியவில்லை. ஆசிரியர் அந்தக் கரும்பலகையில் வெள்ளை சாக்பீசால் நயாகராவை வரைந்து காண்பித்த விதமா ?தமிழன்பன் ஐயா அவர்கள் நயாகராவைப் பற்றி எழுதிய கவிதையினுடைய ஈர்ப்பா? பல படங்களில் ஆர்ப்பரித்துக் கொட்டும் அதனுடைய அழகா? எதுவென்றே தெரியவில்லை. அதன் மீது தீராத ஒரு காதல் எனக்குள் இருந்துகொண்டே இருந்தது.

எப்படியாவது பார்த்துவிட வேண்டும் என்று நினைத்துக் கொண்டே இருந்தேன். அதை என்னுடைய மகனிடத்திலும் சொல்லிக்கொண்டிருந்தேன். இன்று அவன் நிறைவேற்றிக் காட்டிய போது மிகப்பெரிய மகிழ்ச்சியும் கண்ணீரும் எனக்குள் நயாகராவை விட ஆர்ப்பரித்துக் கொட்டியது.

'நன்றி டா தம்பி என்று கட்டிப்பிடித்து அவனிடத்தில் என் அன்பைத் தெரிவித்தேன். பொதுவாக வளர்ந்த பிறகு பிள்ளைகள் அம்மா அணைத்துக் கொள்வதையோ முத்தம் கொடுப்பதையோ ஏற்றுக் கொள்வதில்லை. ஆனால் நம்முடைய கண்ணிற்கு அது பிறந்த குழந்தையைப் போன்றுதான் இன்று வரை தோன்றிக் கொண்டே இருக்கிறது. நயாகரா ஆர்ப்பரித்துக் கொட்டும் அழகில், அடர்ந்த பனிக்காற்றுள்ளே உடம்பு திளைத்து, உள்ளம் நிறைந்து மகிழ்ந்தது. என் கணவர் ஊர் குற்றலாத்திற்கு அருகில் என்பதால், குற்றலாத்தில் வெள்ளம் ஏற்பட்ட போது ஐந்தருவி ஆர்ப்பரித்துக்கொட்டிய அழகை நயகாராவோடு தொடர்புபடுத்தி பேசி நெகிழ்ந்தார். பக்கத்தில் உள்ள பெயர் தெரியாத ஒருவர் கலிபோர்னியாவிலுள்ள யோசெமிட்டி 2,425அடி உயரம் கொண்ட நீர்வீழ்ச்சியைப் பற்றிப் பேசி மகிழ்ந்தார். இப்படி பலருக்கும் பல நினைவுகளை நயாகரா அள்ளித்தெளித்துக்கொண்டிருந்தது.

இன்னும் சிலர் கனடாவிலிருந்து பார்த்தால் பெண்ணின் முன் பகுதியைப்பார்ப்பதற்கு ஒப்பாகும், இங்கிருந்து பார்த்தால் பின்பகுதியைப் பார்ப்பது போல் இருக்கிறது என்றார். எதற்கு

எடுத்தாலும் பெண்ணின் உடலை ஒப்பிட்டுப் பேசும் அல்ப மனம் எப்போது மாறுமோ என எனக்குள்ளே நொந்துகொண்டேன்.

இரவு வெகு நேரம் ஆகிவிட்டதால் மீண்டும் ஓட்டலுக்குச் சென்று விட்டோம்.

வெளிச்சத்தில் ஒளிரும் பன்னீர்ப் பறவை:

மறுநாள் காலை உணவை முடித்துக் கொண்டு நயாகராவை வெளிச்சத்தில் பார்ப்பதற்காக மீண்டும் சென்றோம். கனடா பகுதியில் கார் ஷோ நீர்வீழ்ச்சி 85 விழுக்காடும் அமெரிக்கன் உடைய பிரைடல் நீர்வீழ்ச்சி 25 விழுக்காடும் இணைந்து விழுவதால் உலகிலேயே மிக அகலமான உயரம் கொண்ட நீர்வீழ்ச்சியாக அமைந்திருக்கிறது.

ஒவ்வொரு நிமிடத்திற்கு ஒரு முறை 6 மில்லியன் கன அடி நீர் விழுகிறது. இரண்டு பெரிய மின் நிலையங்கள் அமைந்திருக்கின்றன.

Cave of Wind :

ஒரு டனல் பகுதிக்கு எல்லோரையும் அழைத்துச் சென்றார்கள். அங்கே உள்ளவர்கள் ப்ளூ கலர் ரெயின்கோட், ரெயின் கோட்டை அணிந்துக் கொள்ளும்படி தந்தார்கள். இதற்கு முன்பதிவுப் பயணச்சீட்டும் பெற்றுக்கொள்ள வேண்டும். அதை அணிந்துகொண்டு உட்பகுதிக்குள் சென்றால் ஆர்ப்பரித்துக் கொட்டும் நயாகாராவிற்கு அருகில் நின்று பார்க்கும் வாய்ப்பை ஏற்படுத்தித் தந்திருந்தார்கள்.

மிக உற்சாகமாக இருந்தது. பறவைக் கூட்டங்கள் நிறைந்து காணப்பட்டன. அப்பகுதியில் ஒரு பகுதிக்கு மேல் செல்லாமல் இருப்பதற்காகத் தடுப்பு வேலிகளும் அமைக்கப்பட்டு இருந்தன.

மரப்பலகைகள் அமைக்கப்பட்டு அதன் மேலே ஏறிச் சென்று நயாகரா நீர்வீழ்ச்சியின் ஆர்ப்பரிப்பைக் கண்டு இரசிக்கும்படி அமைத்திருந்தனர்.

கொட்டும் நீர்வீழ்ச்சியில் உடைகள் எல்லாம் நனைந்து விடக் கூடாது என்பதற்காக ரெயின் கோட் கொடுக்கப்பட்டது என்பதைப் பின்புதான் உணர்ந்தோம். எனக்குள் இருக்கிற கவிஞர் சும்மாவே பொசுக்கு பொசுக்குன்னு வெளியே வந்திடுவாரு. இவ்வளவு பெரிய நீர்வீழ்ச்சியைப் பார்த்துட்டுச் சும்மா இருப்பாரா என்ன ?

வனத்தின் பிளிறலை

மேகத்தின் கவிதையை

மொத்தமாய் உதிரும்

நீர்ப் பன்னீர்ப் பூக்களை

எந்தச் சொல்லால்

முடிச்சிட்டுக் கட்டுவேன்

கவண் கல்லால்

தப்பித்துப் பறக்கும்

வெண்ணிறப் பட்சியைப்போல்

பறக்கிறதே

இந்த நயாகாரா நீர்எழுச்சி.

Maid of Mist:

கப்பல் வழியாக ஆர்ப்பரித்துக் கொட்டும் நயாகராவிற்கு அருகில் அழைத்துச் சென்றார்கள். அமெரிக்க மண்ணிலிருந்து வந்தவர்கள் நீல நிற ஜாக்கெட்டும் கனடா பகுதியில் இருந்து வந்தவர்கள் சிவப்பு நிற ஜாக்கெட்டும் அணிந்திருந்தார்கள். இருவரும் அவரவர் படகில் நயாகராவின் பக்கத்தில் சென்று பார்ப்பதற்கு ஏதுவாக இருந்தது. மிகப்பெரிய பனிமூட்டம் ஒரே இடத்தில் குவிந்து இருந்தால் எப்படி இருக்குமோ, வானத்தில் உள்ள மேகங்கள் இறங்கி வந்து நின்றால் எப்படி இருக்குமோ, அப்படி மிகப்பெரிய வியப்பையும் குதூகலத்தையும்ஆனந்தத்தையும் அந்த நீர்வீழ்ச்சியானது எங்கள் மேல் நீரைத் தெளித்து விளையாடியது ஏற்படுத்தியது.

நாங்களும் அதன் பிடியில் மகிழ்ந்து நெகிழ்ந்தோம். ஓர் அகலமான தனங்கள் கொண்ட பெண்மணி தன் தாய்ப்பாலைப் பீச்சி விட்டால் எப்படி இருக்குமோ அப்படி நிலமகளுக்கு நீர்ப்பாலை ஊட்டுவது போல எனக்குள் ஒரு தாய்மை உணர்வு அந்த இடத்தில் வந்து தெறித்தது.

ஜாக்கெட்டுகளை வாங்கிய இடத்திலேயே திரும்பிக் கொடுத்துவிட்டுக் கிளம்பினோம் நியூயார்க்கிற்கு. நியூயார்க் விமான நிலையத்தில் இருந்து இந்தியா புறப்படுவதற்கான எல்லா ஏற்பாடுகளையும் முன்கூட்டியே செய்துவைத்ததன் காரணமாக எங்களுக்குரிய ஏர்லைன்சில் ஏறி அபுதாபியில் வந்து இறங்கினோம். சிறிய விமானநிலையம், பரபரப்பற்று அமைதியாக இருந்தது. இந்தியா செல்லும் பயணிகள் அதிகமாக இருந்தனர்.

சென்னை செல்வதற்கான ஏர்லைன்சில் ஏறி அமர்ந்தபோது அமெரிக்கா என்ற கனவு நதியில் நிழலாய் மிதந்து கிடந்தவளை நிஜத்தில் பயணிக்கவிட்ட இனிய தருணங்களை, பொம்மையைக் கக்கத்தில் சுமக்கும் ஒரு குழந்தையைப் போல் அதனை ஏந்தியபடி

சென்னை வந்தடைந்தேன்.
செ.புனிதஜோதி